शब्दवेध

प्रा. डॉ. चंद्रकांत सहस्रबुद्धे

मेहता पब्लिशिंग हाऊस

© +91 020-24476924 / 24460313

Email : info@mehtapublishinghouse.com

       production@mehtapublishinghouse.com

       sales@mehtapublishinghouse.com

Website : www.mehtapublishinghouse.com

◆ *या पुस्तकातील लेखकाची मते, घटना, वर्णने ही त्या लेखकाची असून त्याच्याशी प्रकाशक सहमत असतीलच असे नाही.*

SHABDAVEDH by Prof. Dr. CHANDRAKANT SAHASRABUDHE

शब्दवेध : प्रा. डॉ. चंद्रकांत सहस्रबुद्धे / विज्ञानविषयक लेख

© प्रा. डॉ. चंद्रकांत सहस्रबुद्धे

   ए - ३, ११ मिनल गार्डन, पटवर्धन बाग, पुणे – ४११००४.

प्रकाशक   : सुनील अनिल मेहता, मेहता पब्लिशिंग हाऊस,

              १९४१ सदाशिव पेठ, माडीवाले कॉलनी, पुणे – ४११०३०.

अक्षरजुळणी : इफेक्ट्स, २१/६ब, आयडिअल कॉलनी, कोथरूड,

              पुणे – ४११०३८.

मुखपृष्ठ   : चंद्रमोहन कुलकर्णी

प्रथमावृत्ती   : जून, २०१३

ISBN 978-81-8498-486-6

अनुक्रम

नेमके उलट

ज्यांच्या घरात दहा ते वीस वर्षांपर्यंतची मुले-मुली आहेत, अशा बहुतेक आईवडिलांची त्यांच्या मुलांबद्दल एक तक्रार समान असते. 'हा/ही आमचे ऐकत नाही. त्यांना आमचे काहीच पटत नाही. आम्ही जे म्हणू, त्याच्या नेमके उलट ही वागतात.' इत्यादी. शब्द व वाक्यरचना वेगळी असू शकेल; पण भावार्थ हाच असतो. अशा प्रकारचे वर्तन अखिल पृथ्वीवर कोणत्याही देशीप्रदेशी बघायला मिळते. मुलामुलींचे 'नेमके उलट' वागणे ज्या अर्थी सर्वदूर कमी-अधिक प्रमाणात अनुभवास येते, त्या अर्थी त्याची पाळेमुळे जन्मजात असली पाहिजेत. त्यातही इंग्रजीत ज्याला 'टीन एज' (Teen Age) म्हणतात, आपण ज्याला पौगंडावस्था म्हणतो; त्या अवस्थेतच ज्या अर्थी सांगितलेल्याच्या नेमके उलट वागण्याची तऱ्हा आढळते, त्या अर्थी त्याचा संबंध मेंदूशी असेल का? नक्की काय प्रकार असेल? याचे कारण तरी काय?

अशा प्रकारच्या वर्तनाला इंग्रजीत 'रिॲक्टन्स' (Reactance) असा शब्द आहे. 'सांगितल्याच्या विरुद्ध वागणे' असा त्याचा अर्थ शब्दकोशाने दिला आहे. 'मी अशी सहज हाती लागणार नाही', असे खोटेखोटे भासवून एखादी तरुणी तिला आवडलेल्या तरुणाचे प्रेम मिळवू शकते. 'हा मुलगा तुला योग्य नाही' असे सांगितलेल्या मुलाच्याच बाहुपाशात एखादी मुलगी सहज जाते. कपडे खरेदी करताना, हॉटेलात खाण्याचे पदार्थ ठरवताना हा अनुभव येतोच. त्या मुलांचे हे वागणे ठरवून केलेले नसते. हे एक मानसशास्त्रीय वास्तव असून विशिष्ट वयात ही अशी स्थिती असतेच. त्याचा थोडाबहुत संबंध आपल्या शीर्षमेंदूची (Frontal Lobes) वाढ व विकास याच्याशी निगडित आहे. या स्थितीचे साद्यंत वर्णन करून त्या स्थितीला जॉक ब्रेमने सन १९६६ मध्ये नाव दिले. जेव्हा या वयात त्या मुलामुलींना त्यांच्या स्वातंत्र्यावर कुणी मर्यादा घालत आहे असे वाटते, तेव्हा ती आपले स्वातंत्र्य दाखवण्यासाठी अशा प्रकारची वर्तणूक करतात. तरीही ही वर्तणूक

त्यांनी ठरवून केलेली नसते, तर ती आपसूकपणेच तशी झालेली असते.

माणसाबरोबर किंवा प्राण्याबरोबर ही स्थितीही उत्क्रांत झाली असावी, असे अनेक अभ्यासकांना वाटते. 'मी स्वत: माझे निर्णय घेऊ शकतो/ते, तसे ते घेण्यास मी समर्थ आहे', हेच त्या मुलांना वर्तणुकीतून दाखवायचे असते. 'रिॲक्टन्स'– विरुद्ध वागणे– हे अगदी अभावितपणे, अजाणतेपणे तयार होते. यावर संशोधन केले ते तान्या चार्टरॅड हिने. तिने काही प्रश्न तयार केले. दहा ते वीस आणि वीस ते तीस वर्षे वयाच्या बऱ्याच मुलामुलींकडून त्यांची उत्तरे मिळवली, काही चर्चा केल्या, मुलाखती घेतल्या. त्यातला एक प्रश्न असा होता– ज्या व्यक्ती तुम्हाला योग्य सल्ला देतात, तुम्ही ज्यांचे ऐकता, अशा व्यक्तींची नावे लिहा. याचे उत्तर लिहिताना, जी व्यक्ती त्या मुलांना काही सांगत नव्हती, सल्ले व उपदेश देत नव्हती; तिचे नाव बहुतेकांनी लिहिले. प्रत्यक्ष सल्ला देणाऱ्या, काही करायला सांगणाऱ्या व्यक्तींची नावे यादीत शेवटच्या स्थानावर होती, असे आढळले.

या स्थितीला आपण सर्व जण कमीअधिक बळी पडतोच. स्त्रियांपेक्षा पुरुष अशा स्थितीस अधिक बळी पडतात, तसेच वयस्कांपेक्षा तरुणांत ही स्थिती वारंवार येते. मज्जासंस्था, मेंदू यांच्या अभ्यासातून या निरीक्षणाला पुरेसा पुरावा मिळाला आहे. असे नेमके उलट वागल्याने त्या व्यक्तीचे नाते, मैत्री मोडते; इतकेच नाही तर एखाद्याची प्रकृतीही बिघडते. दारू पिणे कसे घातक आहे, असे सर्व सांगत असतात. धूम्रपान कसे वाईट आहे, त्याने काय तोटे होतात, ते जाहिराती व विशेषत: आरोग्यावरचे लेख, पुस्तके सांगतात. या विशिष्ट वयातली मुलेमुली नेमके विरुद्ध वागतात आणि व्यसनात अडकतात. हे कोण सांगणार, आमचे आम्हाला ठरवू द्या, अशी त्यांची भूमिका असते. त्यातून आजकाल नकार पचवायची सोडा, पण नकार ऐकण्याची वृत्तीपण लोपली आहे. मुले लगेच आक्रस्ताळेपणा करतात, प्रसंगी आक्रमकही होतात, तर काही वेळा दुर्दैवाने हिंसकही!

'की तोडिला तरु फुटे आणखी भराने' हे आपण निसर्गाच्या बाबतीत अनुभवतो. याचा अर्थ सर्व सजीवांत हा धागा घट्ट असावाच. जुन्या काही गोष्टींमध्ये एक प्रसंग नेहमी वाचायला मिळतो. 'तू तिथे जाशील. तुझ्या समोर तीन दरवाजे दिसतील. त्यातल्या उजवीकडच्या दरवाजाशी तू जाऊ नको किंवा तो उघडायचा प्रयत्न करू नको', अशी अट असते. तिथे गेलेला/ली कथानायक/कथानायिका उजवा दरवाजाच उघडायचा प्रयत्न करते. नेमके उलट वागल्यानेच पुढची गोष्ट घडते, हे खरे. तुम्हालाही अशी उदाहरणे माहीत असतील.

ही स्थिती इतकी व्यापक असेल, तर इतरांच्या अशा स्वभावाला कशी मुरड घालता येईल; गेला बाजार, आपण आपल्या वर्तणुकीतले असे कंगोरे कसे दूर करू, याचा विचार आपण करायला हवा. ती गोष्ट शंभर टक्के आपल्याला जमणार

नाहीच, हे वास्तवही कुठे तरी जाणायला हवे. जे नियम, जे कायदे त्रासदायक वाटतात; त्याविरुद्ध व्यक्ती वागणारच, हे मानसशास्त्र सांगते. याचा उपयोग विसाव्या शतकात एका विदुषीने करून घेतला. त्या काळी अश्लील चित्रे, पुस्तके यांचा बाजार बोकाळलेला होता. त्यांचे निराकरण कसे करावे, ते समजत नव्हते. कायदा केला, शिक्षा ठरवल्या, जप्त्या आणल्या; कशाकशाचा म्हणून उपयोग झाला नाही. लोकसभेत प्रश्न चर्चेला आला. सत्तरीत असलेल्या एका विदुषीने सांगितले की 'बंदी उठवा' – त्यावर खूप उलटसुलट चर्चा झाली. तिने वर्तन-विज्ञानाचे उचित दाखले दिले. बंदी उठवल्याचे दुसऱ्या दिवशी जाहीर झाले. आठ दिवस अगदी धुरळा उडाला. नंतर हळूहळू ते नाहीसे झाले. समस्या आटोक्यात आली. त्या विदुषीला रिअॅक्टन्सचे मर्म समजले होते, यात शंका नाही.

इरिडियम फ्लेअर

पृथ्वीवर अनेक ठिकाणी माणसांची दाटी होत चालली आहे. लोकसंख्या ही सर्वदूर समस्याच बनली आहे. विस्तीर्ण खंडप्राय देशात ती अजून तितकी जाणवत नाही. जिथे योजक, दूरदृष्टीचे नेते दुर्लभ आहेत; तिथे तिचा फटका सगळ्यांना बसतोच. 'अति तेथे माती' असे म्हणतोच आपण. याचे अनेक पुरावे आपल्याला आजूबाजूला दिसतात.

निरनिराळ्या कारणांसाठी आपण आकाशात उपग्रह सोडायला सुरुवात केली. त्यांची खूपच मदत आपल्याला झाली, होते आहे व भविष्यातही होईलच. त्यांची संख्या हळूहळू वाढायला लागली. शेवटी कृत्रिम उपग्रहांची 'गर्दी' झाली, असे म्हणण्याची वेळ आली. आजच्या घडीला किमान शे-दोनशे उपग्रह तरी पृथ्वीभोवती चकरा मारत असतील. त्यांना चुकवून मंगळ, चंद्र, गुरू, शनि यांच्याकडे अवकाशयाने पाठवणे, हे एक आव्हानच झाले आहे. ते दिवसेंदिवस अधिक जोखमीचेही होत चालले आहे. त्या गर्दीपासून उपयुक्त प्रणालींचा फायदा आपल्याला होतो आहे, हे खरेच; परंतु त्यातला एक तोटाही आता जाणवायला लागला आहे.

१९७० वा १९८० च्या दशकात रात्रीच्या वेळी आकाशात नजर टाकली की, बहुतेक वेळा एखादा दीपगोल अगदी संथ गतीने आकाशमार्ग चालताना दिसायचा. त्यांची वाढती संख्याही हळूहळू दिसू लागली. आजकाल बरेच प्रकाशबिंदू आकाशातून संथ भ्रमण करताना दिसतात. (शहरांतून तितकेसे दिसत नाहीत, कारण शहरांतून प्रखर असे दिवे रस्त्यावर बसवलेले असतात; त्यामुळे प्रकाशाचे एक अदृश्य आवरण प्रत्येक शहरावर काही अंतरापर्यंत पसरलेले असते. त्यामुळे आकाश अंधूक दिसू लागले आहे.) या उपग्रहांमुळे एक वेगळेच विलोभनीय दृश्यमान कधी-कधी दृष्टीस पडू लागले आहे. उल्का पडताना त्या जशा अल्प काळ चकाकतात, तसे काहीसे हे दृश्य असते. एक प्रखर प्रकाश १० ते २० सेकंद झगमगून नाहीसा होतो; याला 'इरिडियम फ्लेअर' (Iridium Flare) असे नाव दिले आहे. तो

एखाद्या नवताऱ्यासारखा दिसतो, पण तसा तो नसतो. तो प्रकाश उपग्रहावरून परावर्तित झालेल्या सूर्यप्रकाशासारखा असतो. हा उपग्रह सुमारे तीनशे ते चारशे किलोमीटर अंतरावरून पृथ्वीभोवती चकरा मारत असतो.

१९८० मध्ये उपग्रहांची एक फौज आकाशात उभी करावी, असे ठरले. पृथ्वीपाठीवरच्या अगदी दूरस्थ ठिकाणी, अगदी उत्तर किंवा दक्षिण ध्रुवावर राहणाऱ्यांसाठी सेल्युलर फोनची म्हणजे मोबाइल फोनची– सुविधा उपलब्ध व्हावी, यासाठी उपग्रहांची ही फौज उभी करण्याचा इरादा होता. मूळ कल्पनेप्रमाणे ही फौज ७७ उपग्रहांची असणार होती. त्या संचासाठी 'इरिडियम' हे नाव ठेवायचे ठरले होते. हे उपग्रह काही संदेशवहन वरच्यावर आपआपसात करून मोबाइलचे दळणवळण स्वस्त आणि कमीत कमी वेळात उपलब्ध करून देणार होते. तुम्हाला माहीत नसेल, की या संचाचे नाव 'इरिडियम' का ठेवले. पृथ्वीवर नैसर्गिक अशी स्थिर मूलद्रव्ये एकूण ९२ प्रकारची आहेत. त्यातली हायड्रोजन, कार्बन, ऑक्सिजन, नायट्रोजन, मर्क्युरी, आयर्न, कॉपर, युरेनियम अशी काही नेहमीची नावे. त्यातलेच एक म्हणजे 'इरिडियम'. यात ७७ इलेक्ट्रॉन्स त्याच्या केंद्राभोवती फिरत असतात. यावरून ७७ उपग्रहांच्या फौजेला व त्या एकूण प्रणालीस 'इरिडियम' हे नाव मिळाले. ही प्रणाली कार्यान्वित झाली, ती सन १९९८ मध्ये. मात्र त्या प्रणालीमध्ये आज फक्त ६६च उपग्रह आहेत. त्यामुळे प्रणालीचे नाव खरे तर 'डिस्प्रोशियम' (Dysprosium) असे ठेवायला पाहिजे होते; पण आधी ठरवलेले 'इरिडियम'च ठेवले गेले.

पृथ्वीवरच्या दूरस्थ भागी – ध्रुवीय प्रदेशात – लोकवस्ती इतकी नाही, त्यामुळे सेलफोनचा धंदा फायदेशीर होणार नाही; म्हणून त्यातलेही काही उपग्रह काढून टाकावे, असे ठरले. ते उपग्रह अंतराळात वरच्यावर जाळून टाकून नष्ट करावेत, अशीही अनुमती मिळाली. शेवटी खासगी अशा, एका दहा जणांच्या गटाने ती प्रणाली विकत घेतली. सर्वच्या सर्व उपग्रह वाचले, त्यांच्या बांधणीवरचा खर्च वाया गेला नाही आणि सेलफोनची सेवाही उपलब्ध झालीच.

या 'इरिडियम' प्रणालीतल्या प्रत्येक उपग्रहावर तीन मोठ्या, पसरट अँटेना संदेशांचे दळणवळण करण्यासाठी बसवल्या आहेत. या अँटेना अगदी पॉलिश केलेल्या चकचकीत अॅल्युमिनियमच्या असून, त्यावर चांदीचा मुलामा असलेल्या टेफ्लॉनचे आवरण आहे. त्यामुळे ह्या तिन्ही अँटेना म्हणजे उत्तम परावर्तक आरसेच आहेत. ते उपग्रह त्यांना नेमून दिलेल्या कक्षेत फिरत असताना कोणत्यातरी क्षणी सूर्यकिरणांचा प्रकाशझोत परावर्तित करतात. त्यामुळे ५० ते ६० किलोमीटर व्यासाची सूर्याची प्रतिमाच जणू परावर्तित होते. हा परावर्तित गोल पृथ्वीवरून आपल्याला दिसतो, हाच तो 'इरिडियम फ्लेअर.'

आकाशातल्या इतर प्रकाशबिंदूंचा विचार करता, हे झळझळीत प्रकाशबिंदू २० सेकंद तरी टिकतात. त्यांची तेजस्विता पौर्णिमेच्या चंद्राच्या निम्म्याने असते. या फ्लेअरमुळे अवकाश-निरीक्षकांची मात्र एक अडचण झाली आहे. काही संवेदनशील मोजमापे, निरीक्षणे या 'इरिडियम फ्लेअर'मुळे वाया जाऊ शकतात. नव्हे, ती तशी वाया जाऊ लागली आहेत. तुम्ही कधी पाहिला आहे हा इरिडियम फ्लेअर? तुम्ही म्हणाल; आकाशात कुठे बघायचे, म्हणजे हा दिसेल; त्यासाठी आपले नशीब हवे. ओळीने अनेक रात्री पाहिल्यास कधीतरी तो लाभ होईलच!

कल्पवृक्ष : मरुला

कल्पवृक्ष हे बहुगुणी किंवा सर्वगुणी झाड स्वर्गात असते, अशी आपली समजूत आहे. पृथ्वीवर जे अप्राप्य ते स्वर्गात असते किंवा असणार, असे आपण मानतो. दुसरे उदाहरण 'अमृत' या विलक्षण पेयाचे देता येईल. कल्पनेतला वृक्ष म्हणून 'कल्पवृक्ष' असे असेल. स्वर्गातल्या गोष्टी काही येथे पाहायला मिळत नाहीत. कल्पवृक्षाचे पृथ्वीवरचे रूप म्हणून आपण नारळाचे झाड मानले आहे. पृथ्वीपाठीवर प्रत्येक प्रदेशात असे एखादे झाड असतेच, की ते सहजच कल्पवृक्ष कल्पनेत बसते. कुठे पाईन, कुठे देवदार, कुठे साग, कुठे निलगिरी, कुठे मेपल, कुठे रेडवूड, तर कुठे सकोया. असे अनेक वृक्ष. मध्य व दक्षिण आफ्रिकेतही एक वृक्ष आहे– मरुला. तो वृक्ष म्हणजे त्यांचा कल्पवृक्षच! सर्व कल्पवृक्षांत एक वैशिष्ट्य असते की; वृक्षाची पंचांगे– म्हणजे मुळे, खोड, पाने, फुले व फळे सर्वच उपयोगी असतात. त्यातला कोणताही भाग वाया जात नाही. कशापासून काय बनते, काय उपयोग असतो, याची यादी सर्वांना माहीत असते. मरुला वृक्षही त्याला अपवाद नाही.

मरुलाची फळे फक्त खाण्यासाठीच तयार होतात, असा तमाम मंडळींचा दावा आहे. मादी झाडांनाच काय ती फळे येतात. आपल्याकडे पपईचे झाड असेच आहे. फळांच्या मागे लागून प्राणी व माणसे त्याच्या फांद्या मोडतात, ओरबडतात. माणूस या मरुलाचा इतका अंत पाहतो, की त्यात ते झाड मरून जाते. सोन्याची अंडी देणारी कोंबडी मारून, सर्व अंडी एकदाच मिळवण्याची हाव ठेवणाऱ्या लोभी माणसाची गोष्ट तुम्हाला माहीत असणारच. सर्वच बाबतीत माणूस नावाचा प्राणी तसाच का बरे वागत असेल... कोणतेही ताळतंत्र न ठेवता, काहीही तारतम्य न बाळगता, हे एक कोडेच आहे. पृथ्वीचा विनाश माणूस करणार, असे वाटू लागले आहे. असो.

मरुलाबद्दल तुमचा असा समज होईल की, हे भय ओळखून निसर्गाने त्या

मरुलाला स्वसंरक्षणासाठी काही खास देणग्या वगैरे दिल्या असतील. जसे कणखर खोड, लवचीक फांद्या वगैरे. संशोधन असे सांगते की, नर झाडासारखेच मादी मरुलाचे झाड असते. कोणताही विशेष कणखरपणा त्याच्यात नसतो. निसर्गाने त्याला एक वेगळेच वरदान दिले आहे. हे झाड जरी मेले, तरी ते लगेचच काही दिवसांत फुटते व वाढायला लागते.

या झाडाच्या पिवळसर, पण ज्याचा गर पांढराशुभ्र असतो अशा फळांची गोडी, आवड सर्वांत कोणाला असेल; तर ती हत्तींना! माणसालाही मरुलाचे फळ विलक्षण आवडते. त्याची बी प्रथिनयुक्त असते. एकूण फळ रसाळ, पोषक असते. संत्र्यात जेवढे 'क' जीवनसत्त्व असते, त्याच्या चारपट यांत असते. तेथील सर्व जणांना या फळाचा जॅम आवडतो. तसेच त्याचा मधही आवडतो. माणसांना मरुलापासून केलेली दारूही आवडते. त्यापासून बनवलेले चॉकलेटच्या चवीचे अमरुला नावाचे पेय अनेक ठिकाणी चवीने प्यायला जाते.

ही झाली केवळ मरुलाच्या फळांची महती. झाडाच्या इतर भागांचा उपयोग औषधाप्रमाणे होतो. अर्थात ही औषधे पारंपरिक पद्धतीनेच चालत आलेली आहेत. ती काही प्रयोगाने वगैरे सिद्ध झालेली नाहीत. त्वचेच्या सर्व तक्रारींवर मरुलाच्या बियांचे तेल चोळणे हा उपाय आहे. मलेरियासाठी मरुलाच्या सालीचे चूर्ण उपयुक्त ठरते. अपचन व जळजळ थांबवण्यासाठी सर्वसामान्य माणसे याची वाळकी पाने चावून-चावून खातात. सर्पदंश वा विंचूदंश यावर याच्या खोडातला मृदू गर एक रामबाण उपाय ठरतो. गुराढोरांना त्रासदायक अशा कृमी-कीटकांपासून मुक्त करण्यासाठी याच्या फळाच्या रसाचे औषध वापरतात. त्याची चमक काही औरच असते.

या कल्पवृक्षाला थोडी वाईट बाजूही आहे. ती म्हणजे मरुला बीअरच्या सेवनाने त्रास काहीच होत नाही; मात्र रस्त्यावरील अपघातांचे प्रमाण वाढते, असे संशोधनांती आढळले. विशेषत: एप्रिल-मे महिन्याच्या काळात फळे पिकतात. साहजिकच बीअर बनवली जाते. मरुला बीअर फार थोडे दिवस चांगली राहते. याच काळात अपघातांचे प्रमाण वाढते. बीअरवरील संशोधक, तिच्या टिकाऊपणाचा काळ कसा वाढवता येईल, यावर तोडगा शोधण्याचा प्रयत्न निकराने करत आहेत. त्यांच्या दृष्टीने ही बीअर वर्षभर नीट राहिली, तर फायदा आहे. समाजाचे हित जपणाऱ्यांच्या मते मात्र संशोधकांना असा तोडगा सापडूच नये. कारण मग अपघात होणार नाहीत आणि व्यसनाचा विळखा समाजाला घातक ठरणार नाही.

हायपरॲक्युसिस

जगात आंधळ्या व्यक्तींची संख्या जास्त आहे. त्याखालोखाल बहिऱ्या माणसांचा क्रमांक लागेल. आंधळ्या व्यक्ती जगाला पारख्या होतात. बहिऱ्या व्यक्तीही सभोवतालाला आणि कदाचित स्वत:लाही पारख्या होतात. आजकाल आपले जीवन दृष्टी-प्रकाशाबरोबर आवाजाचे झाले आहे. सराऊंड साऊंड, होम थिएटर, असल्या घातक कल्पनांच्या मागे लागून 'होम, हॅपी होम' हे आपण घालवून बसलो आहोत. बाहेरच्या आवाजाला आपण काही करू शकत नाही. घरी तरी शांत वातावरण राखायला हवे. आपण 'चोवीस तासांचे मनोरंजन' या आचरट कल्पनेला बळी पडत चाललो आहोत. प्रकाश प्रदूषण व ध्वनी प्रदूषण यांचे; हवा, अन्न, पाणी यांतून पाझरणाऱ्या प्रदूषणापेक्षा जास्त घातक परिणाम होत आहेत. पोहण्यासाठी तलावात उतरल्यानंतर आपण पाण्यात थोडी बुडी मारून डोळे उघडले, तर सर्व दिशांनी प्रखर प्रकाश डोळ्यांवर येतो, तो सहन होत नाही, असा अनुभव तुम्ही कधी घेतला आहे? नसल्यास थोडा वेळ घेऊन बघायला हरकत नाही. डोळे बंद करावेसे वाटतात. याचप्रमाणे काही ठोस कारण नसताना, समजा कर्कश आवाज ऐकू येऊ लागले, तर कसे वाटेल? कसे वाटेल; ते सांगता तर येणार नाहीच; पण कल्पनाही करता येणार नाही.

जे आवाज पूर्वी सहन व्हायचे, चालायचे; तेच आता इतके मोठे, कर्कश वाटायला लागले, तर मनुष्य चक्रावून जाईल. तुम्ही काहीही केलेत तरी हे आवाज तुमची पाठ – नाही – तुमचे कान सोडणार नाही. तो आवाज बाहेरून कोठून आलेला नसतोच, तर तो जणू तुमच्यातच असतो. आपल्या कानाची संवेदनशीलता नेहमीच्याच आवाजाला खूप वाढलेली असते, त्यामुळे असे होते. या व्याधीला 'हायपरॲक्युसिस' (Hyper Acusis) म्हणतात. त्याची व्याप्ती बरीच विस्तृत असते. एखादा आवाज त्रासदायक वाटण्यापासून ते कानठळ्या बसवणारा वाटेपर्यंत काहीही जाणवू शकते. मेंदू तयार करत असलेली ध्वनीची जाणीव या व्याधीत

इतरांपेक्षा किंवा इतर वेळेपेक्षा वाढलेली नसते. नेहमीचे कुजबुजल्यासारखे आवाज आता कर्णकटू वाटू लागतात.

आजकाल आपल्याकडे ज्यांना कायद्याने बंदी आहे, ज्यांना 'प्रेशर हॉर्न्स' म्हणतात, असे सर्रास मोठ्या-छोट्या वाहनांना बसवले जातात आणि त्याचे अडाणी चालक ते वाजवत हिंडतात. त्या हॉर्नचा आवाज जेव्हा कानावर पडतो, तेव्हा कसे दचकायला होते; तसेच या हायपरऑक्युसिसच्या व्यक्तीस वाटू लागते. त्यांना नेहमीचे बोलणेच कानठळ्या बसवणारे वाटते, म्हणजे बघा! याहीपेक्षा गंभीर व दुर्दैवाची गोष्ट म्हणजे; त्या व्यक्तीला स्वत:चा आवाजदेखील नकोसा वाटतो, ऐकवत नाही. हायपरऑक्युसिसने पीडित असे लक्षावधी लोक आज जगात आहेत. त्यावर आजपर्यंत तरी काही उत्तर, उपाय हाती आलेला नाही.

हायपरऑक्युसिस कशामुळे होते, ते काहीच सांगता येत नाही; कारण त्याची पुरेशी माहिती आपल्याला नाही. डोक्यास मार लागणे, जखम होणे, सतत मोठे आवाज ऐकणे किंवा लाईम व्याधी[१] (Lyme Disease) किंवा ऑटिझम (Autism) किंवा आत्ममग्नता यांपैकी काहीही कारण असू शकते. कानात उच्च कंपनसंख्येचे आवाज ऐकू येण्याची आणखी एक व्याधी असते. तिला टिनिटस[२] (Tinitus) म्हणतात. यात कानात घंटेसारखे किंवा घूं घूं असे आवाज येतात. या दोन्ही स्थिती नक्की कशामुळे उद्भवतात, ते माहीत नाही. म्हणजे त्यात कानाच्या रचनेत दोष उत्पन्न होतो; की मेंदूत असणाऱ्या ध्वनिकेंद्र व ध्वनिजाणिवा तयार करणाऱ्या भागात काही गफलती होतात, हेच अजून समजलेले नाही. याचा नीट अभ्यास झालेला नाही. कानात सारखा आवाज येत असल्यामुळे अशा व्यक्ती एकट्या राहायला लागतात. नोकरीही नीट करूं शकत नाहीत. बोलणे, ऐकणे काहीच शक्य नसते. अशामुळे ही वर्तणूक मानसशास्त्रीय चौकटीत बसवली गेली व कदाचित त्यामुळे तिच्याकडे दुर्लक्ष झाले असावे. वर्तनाचे निदान नीट होऊ शकले नाही.

ही व्याधी बरी करणे जरी शक्य नसले, तरी एक उपाय शोधला आहे. त्यात आवाजाचाच उपयोग केला आहे. उपाय असा आहे : असा आवाज तयार करायचा

---

१. **लाईम डिसीज :** हा प्राण्यांच्या अंगावर वावरणाऱ्या गोचिडासारख्या कीटकामुळे पसरणारा विषाणूजन्य रोग आहे. यात सांधे, हृदय व मज्जासंस्था यांवर प्रतिकूल परिणाम होतो. पूर्व अमेरिकेच्या कनेक्टिकट राज्यातल्या लाईम (LIME) शहरी प्रथम याचा पत्ता लागला.

२. **टिनिटस :** कानात सतत घंटानादाचे आवाज येणारी व्याधी. लॅटिन शब्द (TINNIRE) यावरून हा शब्द तयार केला. लॅटिनमधल्या या शब्दाचा अर्थ 'घंटानाद' असाच आहे.

की, ज्यात कमी कंपनसंख्येचा तीव्र आवाज व उच्च कंपनसंख्येचा क्षीण आवाज असे मिश्रण असेल. त्याला 'पिंक नॉईज' (Pink Noise) असे म्हणतात. असे आढळले आहे की, आपले दररोजचे जीवन अशाच प्रकारच्या ध्वनींसह जात असते. हायपरॲक्युसिसच्या रुग्णांना हा पिंक नॉईज ऐकवला, की हळूहळू ते याला असंवेदनशील होत जातात. यानंतर ती व्यक्ती बाहेरचे नैसर्गिक आवाज सहन करू शकते. त्यासाठी मग अशा पिंक नॉईजच्या सीडीसुद्धा तयार केल्या आहेत.

निरीक्षक, अभ्यासक व विश्लेषक यांचे म्हणणे असे आहे की; हायपरॲक्युसिस व्याधी ध्वनिप्रदूषणामुळे निर्माण झाली आहे; ही पूर्वी साहजिकच आपल्याला परिचित नव्हती. वॉकमन किंवा आता म्युझिक मोबाइल यांवरून कानात प्लग्ज घालून सतत आणि उच्चरवाचे संगीत ऐकणे, हे एक महत्त्वाचे कारण आहे. यावर उपाय काय? पुन्हा खेड्याकडे चला!

हिमालयीन बाल्सम

१९३८-१९३९ चा काळ होता. एका भटक्या ब्रिटिश निसर्गमित्राने हिमालयातील पश्चिमेकडच्या एका पर्वतराजीवरचे एक रोप इंग्लंडला आणले. त्यानंतर रीतसर अनुमती घेऊन ते व्हिक्टोरिया बागेत लावले. त्याला येणारी गडद जांभळी फुले लोकांचे लक्ष वेधून घेऊ लागली. थोड्या काळातच बागेच्या कुंपणाची मर्यादा सगळ्यांच्या नजरेसमोर तोडून ते झाड 'बी'च्या रूपात बाहेर पडले. काही काळातच दलदलीच्या जागा, नद्यांचे काठ, सरोवरांचा किनारा येथे आपले रंग उधळू लागले. पुढील दोन वर्षांत युरोपातली राष्ट्रे, कॅनडा आणि न्यूझीलंड येथील लोकांनाही ते भुलवू लागले.

वास्तवात हे झाड दूर हिमालयातले. त्यामुळेच तर त्याचे नाव हिमालयीन बाल्सम. बाल्सम ही फर जातीची झाडे. इंग्लंडमधील पोलीस – बॉबी – एका विशिष्ट आकाराची टोपी घालतात, ते आपल्याला चांगलेच माहीत आहे. बाल्समची गडद जांभळी फुले थेट त्या बॉबीच्या टोपीसारखी दिसतात, त्यावरून त्याला 'पोलीसमन्स हेलमेट' (Policeman's Helmet) असेही म्हणतात. याच्या रंगरूपावर खूश झाल्याने, त्याचा आणखी विशेष चटकन लक्षात येत नाही; त्या काळातही तो आला नाही. असा काही गुणधर्म बाल्समध्ये असेल, असे वाटलेच नाही. ते झाड इतक्या ठिकाणी, वेगाने पसरत चालले असूनही तशी कल्पना कोणाला आली नाही. हिमालयातले हे झाड विलक्षण वेगाने पसरणारे आहे. त्याची या बाबतीतली आक्रमकता बघून आणि अभ्यासून त्याला वनस्पती अभ्यासकांनी पहिला क्रमांक दिला आहे. बाल्सम हे प्रकरण अगदी कशाला व कोणालाही न जुमानता वेगाने वाढते व पसरते.

हिमालयात मात्र बाल्समवर उपजीविका करणारे कीटकादी प्राणी त्याची इतकी वाढ होऊ देत नाहीत. त्यामुळे हिमालयात त्याच्या वाढीवर वचक राहतो. जेव्हा ते रोप पश्चिमेकडे गेले; तेव्हा त्याबरोबर ते कीटक, जीवाणू काही तिकडे गेले नाहीत!

तेथे गेल्यावर, एकदा रुजल्यावर ते मोकाट गुराप्रमाणे इतस्तत: हिंडत चालले, पसरत चालले. हे बाल्सम साधारण १० ते १५ फूट उंच वाढते. ते एका वेळी २५०० बिया तयार करते. या बियांची योग्य ती वाढ झाल्यावर त्या इतक्या वेगाने भिरकावते की, त्या बिया २५ फुटांच्या परिघात पडतात. त्यामुळे त्याची अनिर्बंध वाढ चालू राहते. शास्त्राभ्यास असे सांगतो की, २५०० पैकी साधारण १२०० ते २००० बियांची झाडे रुजतातच.

अर्थात निसर्गला माणूसही साथ देतोच. त्यालाही महत्त्वाचे कारण आहे. मधमाशा पाळणारे, मधाचा धंदा करणारे बाल्समवर खूप प्रेम करतात, जीव लावतात. इतर झाडांच्या तुलनेत ही झाडे वर्षभर फुललेली असतात. याचा मध जरा जास्त मधुर व अधिक औषधी असतो. विशेषत: युरोपमधील इतर फुलझाडांच्यात इतका उत्तम मध नसतो. काहींना त्याची फुले, आकार, रंग आवडतो. बरेच जण हे रोप आवर्जून घेऊन जातात आणि लावतात, जपतात.

ज्या कथेत संघर्ष नाही, ती कसची कथा? बाल्समच्या गुणाबरोबर एक दुर्गुणपण आहे त्याच्यात. हे हिमालयातले मोहक झाड जेथे जाईल, तेथे आपलेच साम्राज्य वाढवते. इतर कोणाला वाढूच देत नाही. यामुळे वनस्पती विविधता कमी होते. युरोपात काही ठिकाणी हा ऱ्हास २५ टक्क्यांवर गेल्यामुळे सगळेच त्या हिमालयीन बाल्समकडे जरा संशयित नजरेने पाहू लागले. दर वर्षी हिवाळ्यात हे झाड मरते. त्याची मुळे व खोडे तशीच राहतात. तो प्रवाहात अडथळे उत्पन्न करतात. त्यामुळे नदीकाठी पूरपरिस्थिती निर्माण होते. नदीकाठांची झीज होते. ते एकदम ओकेबोके दिसू लागतात.

ही झाडे हाताने उपटून काढणे व जाळणे हा एक उपाय. किंवा तणनाशक औषध फवारून नष्ट करणे हा दुसरा. हे दोन्ही उपाय कष्टाचे, वेळखाऊ व खर्चीक आहेत. काही संशोधकांनी तडक हिमालयात धाव घेतली व बाल्समला मर्यादित ठेवणारे नैसर्गिक घटक शोधण्याचा प्रयत्न केला. चार वर्षांनी त्यांच्या हाती चार कीटक व तीन प्रकारच्या बुरशी लागल्या. त्यांच्यावर प्रयोग केल्यावाचून ते वाऱ्यावर सोडण्यात अर्थ नाही. ही मंडळी बाल्समबरोबर इतरांचाही कदाचित समाचार घेतील. म्हणजे पुन्हा जैविक विविधता ऱ्हास पावणार. या 'शिकारी' मंडळींवर प्रयोगशाळेत संशोधन चालू आहे. त्याचे काय होते, ते काळच आपल्याला सांगेल.

६ /

नुलार्बर

ज्या ज्या ठिकाणी समुद्रकिनारा असतो, त्या त्या ठिकाणी जाण्याची मौज काही वेगळीच असते. समुद्राच्या लाटा एकामागून एक धावत येतात. किनाऱ्यावर फुटत राहतात. भिजलेल्या वाळूवरून चालायला गंमत येते. मध्येच एखादा शंख, शिंपला, चकती किंवा छोटा चपटा दगड खाली वाकून हातात घ्यावासा वाटतो. किनाऱ्यावर बारीक बारीक छिद्रे असतात. त्यातून छोटे प्राणी बाहेर येत असतात. लाटेबरोबर पुढे मागे होत राहतात. त्यांच्या हालचालीसुद्धा बघाव्याशा वाटतात. त्या किनाऱ्याशेजारी गाव असेल, नसेल; पण तेथे ताडा-माडाची, पोफळीची झाडे असतातच. त्यांच्याकडेही अधूनमधून आपले लक्ष जाते. तसेही नुसते पाणी व नुसता किनारा बघायला आवडत नाही. अर्थात सर्वच किनारे एकसारखे ठेवले, तर तो निसर्ग कसला?

जगात एक किनारा असा आहे; की जेथे एकही झाड नाही, की झुडूप नाही. एका बाजूला केवळ पाणी व दुसऱ्या बाजूला वाळूची चांगली रुंद अशी किनारपट्टी, त्यानंतर जमीन. बस्स! ठिकठिकाणच्या समुद्रांना आपण भले नावे दिली असतील, पण त्यातले पाणी सारे एकच! समुद्राच्या लाटा– इथे काय, तिथे काय, किनाऱ्याशी येतात व जातात. त्यांच्या येण्याजाण्यात एक आवर्ती क्रम दिसतो. हा किनारा तब्बल १२०० मैलांचा आहे. हा ऑस्ट्रेलियाच्या नैर्ऋत्य दिशेला असून त्याला 'नुलार्बर' (Nullarbor) असे म्हणतात. 'नुलार्बर' हा शब्द दोन लॅटिन शब्दांवरून बनवण्यात आला आहे. त्यातला Null म्हणजे काही नाही किंवा शून्य आणि Arbor म्हणजे झाड. हा किनारा वृक्षविरहित आहे, म्हणून 'नुलार्बर'.

सन १८४१ मध्ये एडवर्ड जॉन इरे याने हा किनारा प्रथम पाहिला. त्या वेळीच त्याला त्याचे वृक्षविरहित वैशिष्ट्य जाणवले. त्याला ते अजिबातच आवडले नाही. तो किनारा त्याला कुरूप वाटला. इतर अनेकांना तो सुंदर वाटला. नुसती झाडी म्हणजे सर्व नव्हे. काहीही नसणे यातही एक सौंदर्य असते. अर्थात या नुलार्बरवर काही नसतानाही विशेष गोष्ट आहेच. आज तो पर्यटकांनी फुललेला असतो. बहुतेक

जण आवर्जून येणारे असतात. काय आहे येवढे नुलार्बरवर?

एक म्हणजे इथे पृथ्वीवरचे चुनखडीच्या दगडाचे सर्वांत विस्तीर्ण पठारच आहे. चुनखडीचा दगड म्हणजे लाईम स्टोन (Lime Stone), जो थरांच्या खडकात मोडतो. साधारण १५ ते २५ दशलक्ष वर्षांपूर्वी हा भाग समुद्राचा तळ असणार. हे खडक प्रामुख्याने कार्बोनेट्स खनिजाचे बनलेले असतात. प्राण्यांच्या हाडांचे सांगाडे येथे साठत जाऊन त्यापासून हा सेंद्रीय चुनखडीचा खडक बनला असावा. नंतर पृथ्वीपोटाच्या हालचालीतून हा तळ वर उचलला गेला असणार. आज या किनाऱ्यावर इतक्या अशनी पडलेल्या आढळतात, की त्याला अशनींचा किनारा म्हणायला हरकत नाही. गेल्या ३५ हजार वर्षांच्या काळात या अशनी येथे साठत गेल्या आहेत. पृथ्वीपाठीवर याच नुलार्बरवर इतक्या अशनी का पडाव्यात, ते काही समजत नाही. सपाट, सपक अशा रंगहीन किनाऱ्यावर पडलेल्या गडद रंगाचे अशनी पाषाण चटकन ओळखू येतात, लक्ष वेधून घेतात. ग्रहांचा अभ्यास करणारे, संशोधक यांच्यासाठी हा नुलार्बर तर एक पर्वणीच आहे. ते स्थान त्यांची पंढरी आहे.

सेंद्रीय चुनखडीचा दगड हा पाण्यात थोडा का होईना, विरघळतो. ज्या ज्या भरतीच्या वेळी पाणी येथे येऊन जाते, त्याच्या पातळीची एक खूण कायमची त्या खडकावर उमटतेच. बऱ्याच ठिकाणी समुद्र आत घुसलेला आहे. काही ठिकाणी जमिनीखाली मोठे प्रवाह निर्माण झाले आहेत. त्यामुळे खिंडारे पडली आहेत. गेल्या सहा दशलक्ष वर्षांतला पाऊस, ऊन, वारा, थंडी यांमुळे येथे हजारो गुहांची गर्दीच झाली आहे. या गुहांमधून अश्मीभूत अवशेषांचे खजिने आहेत, असा शोध नुकताच लागला आहे. नुलार्बरचा हा विशेष तेथील चुनखडीच्या दगडाची देणगी आहे.

सन २००७ च्या जानेवारीत येथे सुमारे ७० प्रजातींतील सस्तन प्राणी, पक्षी, सरपटणारे प्राणी यांचे जीवाश्म सापडले आहेत. आपली पिल्ले पोटाजवळच्या पिशवीत वाढवणाऱ्या प्राण्यांना 'मार्सुपियल' असे नाव आहे. एक कांगारू आपल्याला माहीत आहे. दुसरा पोझम नावाचा छोटा प्राणी याच जातीचा आहे. नुलार्बर येथे अशाच एका मार्सुपियल (Marsupial) सिंहाचा पूर्ण सांगाडा हाती आला आहे. झाडावर चढणाऱ्या, वास्तव्य करणाऱ्या काही कांगारूंचेही जीवाश्म हाती आले आहेत. याचा सरळ अर्थ हा की, येथे पूर्वी झाडाझुडपांची गर्दी होती; आज मात्र तो नुलार्बर म्हणजे वनस्पतीविहीन किनारा आहे. नाही म्हणायला ज्यांना क्षार चालतात, अशी काही झुडपे तुरळक स्वरूपात दिसतात.

हे सारे अजब खेळ बघायला अनेक जण येतात. काही चारचाकीतून तर काही दुचाकीवरून; तर काही अतिउत्साही मंडळी हा किनारा पायी चालून जातात. निसर्ग नावाच्या अजब गारुड्याचे अद्भुत खेळ पाहून चकित होतात. या किनाऱ्याशी लागून एक सुंदर रस्ता तयार केला आहे. किनाऱ्याच्या शोधकाच्या स्मरणार्थ त्याला 'इरे हायवे' असे नाव दिले आहे.

गोळ्या आणि योद्धा

तुम्ही वाचत असलेल्या या पुस्तकाची लांबी व रुंदी तुम्हाला मोजायला सांगितली; तर तुम्ही लगेच फूटपट्टी घ्याल, मोजाल– आणि सांगाल लांबी : ८ इंच व रुंदी : ५ इंच. पुस्तकाची जाडी मोजायची असेल, तर तुम्ही ती फूटपट्टीने नक्कीच नाही मोजणार! पानाची जाडी मोजायला सांगितली तर तुम्हाला प्रश्न पडेल, की ती मोजायची कशी, सांगावी कुठच्या भाषेत?

तुमचे घर ते शाळा वा कॉलेज हे अंतर तुम्ही फूटपट्टीने मोजाल? शक्य नाही. तुमचे वजन तुम्ही किलोत सांगाल; पण एका मोठ्या ट्रकचे वजन तुम्ही टनाच्या भाषेत सांगाल. लहान मुलाला सोन्याचे सुंकले देतात, त्याचे वजन एक ग्रॅमपेक्षा कमी असते व ते मिलिग्रॅममध्ये सांगावे लागते.

यावरून एक नक्की : अतिलहान किंवा अतिमोठी वजने अंतरे सांगायची, तर वेगळी एकके वापरावी लागतात.

एका मिरचीचे वजन तुम्ही ग्रॅममध्ये सांगाल, पण तिच्यातील एका बीचे वजन ग्रॅममध्ये सांगायला बरीच शून्ये वापरावी लागतील. पृथ्वीचे वजन एका बाजूला, तर इलेक्ट्रॉनचे वस्तुमान दुसऱ्या बाजूला! एका अणूचा व्यास सूक्ष्म, तर सौरमंडळाचा व्यास दशलक्ष किलोमीटरमध्ये लिहिताना शून्यांचा वापर करावा लागतो. दर वेळी तितकी शून्ये मोजणे व देणे, हे क्लिष्ट व हमखास चूक होणारच असे काम आहे.

तुम्हाला माहिती असेलच की, अशा वेळी आपण घातांक पद्धती वापरतो. आपण स्वीकारलेल्या दशमान पद्धतीत दहाचे घातांक वापरतात. घात जरी वापरले, तरी त्यांची किंमत जेव्हा वाढू लागते, तेव्हा पुन्हा एक समस्या उत्पन्न होते. आपण दशमान पद्धतीत नाही का दहा, शंभर, हजार नंतर लक्ष, दशलक्ष, कोटी, अब्ज, खर्व, निखर्व करतकरत शेवटी 'परार्ध'पर्यंत पोहचतो. दहा म्हणजे दहाचा एकावा घात व परार्ध म्हणजे दहाचा अठरावा घात! पुढे

जाऊन आपण दहा परार्ध, शंभर परार्ध असे शब्द वापरू शकतोच. दहाच्या घन घातांकासाठी जसे आकडे मोजणीत आपण परार्धापर्यंत गेलो, तसा उणे घातांकाचा काही विचार केला आहे, असे वाटत नाही. 'हजार' हा शब्द दहाच्या तिसऱ्या घातासाठी केला, तर दहाच्या 'उणे तीन' यासाठी कोणता शब्द आहे? पानाची जाडी, एका केसाचा व्यास, तसेच एका केसाचे वजन सांगताना कोणते शब्द वापरणार हा प्रश्न आहेच! आपण गुणवाचक म्हणून सूक्ष्म, अतिसूक्ष्म किंवा मग सूक्ष्मात सूक्ष्म असे काही तरी म्हणतो. सेकंदाचा लक्षावा वा दशलक्षावा भाग सांगायला आपल्याकडे शब्दच नाही.

इंग्लिशमध्ये आपण मिलिमीटर, मायक्रोमीटर, मायक्रोसेकंद हे शब्द वापरतो. मायक्रोमीटर म्हणजे मीटरचा दशलक्षावा भाग होय. त्यावरून मायक्रॉन हा जाडी सांगणारा शब्द केला. आजचे युग नॅनोचे (Nano) युग म्हणतात. एक नॅनो म्हणजे एकाचा अब्जांशावा हिस्सा होय. आपण हजार करीता 'मिली' व 'किलो' हे शब्द वापरतो. सन १७९५ पासून त्यांचा वापर होतो आहे. हे दोन शब्द लॅटिन व ग्रीक भाषेतून 'हजार'साठी वापरत असत. पुढे सन १८७५ मध्ये पॅरिस येथे आंतरराष्ट्रीय वजने-मापे (International Weights and Measures) या संस्थेची स्थापना झाली. त्यांनीही 'मिली' व 'किलो' हे दोन शब्द स्वीकारले. इकडे विज्ञानाच्या कक्षा वाढत होत्या. अतिविशाल आणि अतिसूक्ष्म यांसाठी शब्द शोधण्याची गरज वाढू लागली. पदार्थविज्ञान, रसायन, सजीवशास्त्र या ज्ञानशाखांमध्ये सतत वाढ होत होती. नवनवे शोध लागत होते. त्यात अनेक उपविषयांची भर पडत होती.

अणूचे वजन, इलेक्ट्रॉनवरचा विद्युतभार, रेणूचा आकार, मिती यांना कोणत्या शब्दांत सांगायचे; ते ठरवावेच लागले. १९७५ च्या सुमारास आंतरराष्ट्रीय वजन-मापे संस्थेने १० चा सर्वांत मोठा पंधरावा घात यासाठी पेटा (Peta), सर्वांत लहान म्हणून १० चा उणे अठरावा घात यांसाठी अट्टो (Atto) असे शब्द स्वीकारले. त्या अगोदर त्यांनी दहाचा सहावा, नववा घात यासाठी अनुक्रमे मेगा (Mega) व गिगा (Giga) या शब्दांची नियुक्ती केली होती. दहाच्या धन बारा व उणे बारा घातासाठी त्यांनी अनुक्रमे टेरा (Tera) व पिको (Pico) या शब्दांची निवड केली होती. त्याबरोबर दहाचा धन पंधरा व उणे पंधरा घातांक सांगण्यासाठी त्या संस्थेने अनुक्रमे पेटा (Peta) व फेम्टो (Femto) हे शब्द वापरण्याचे ठरवले होते. दहाच्या उणे अठरासाठी जसा अट्टो हा शब्द केला आहे, तसे धन अठरासाठी एक्सा (Exa) याची निवड केली. हळूहळू गरज निर्माण झाल्यावर दहाचा धन २१ वा व उणे २१ वा घातांक अनुक्रमे झेट्टा (Zetta) व झेप्टो (Zepto) या शब्दांत सांगावा, असे सुचवले. दहाचा धन २४ वा व उणे २४ वा घातांक अनुक्रमे योक्टो (Yocto) व योट्टा (Yotta) यांचा स्वीकार केला.

किलो	दहाचा तिसरा घात	मिली	दहाचा उणे तिसरा घात
मेगा	दहाचा सहावा घात	मायक्रो	दहाचा उणे सहावा घात
गिगा	दहाचा नववा घात	नॅनो	दहाचा उणे नववा घात
टेरा	दहाचा बारावा घात	पिको	दहाचा उणे बारावा घात
पेटा	दहाचा पंधरावा घात	फेम्टो	दहाचा उणे पंधरावा घात
एक्सा	दहाचा अठरावा घात	ऑटो	दहाचा उणे अठरावा घात
झेट्टा	दहाचा एकविसावा घात	झेप्टो	दहाचा उणे एकविसावा घात
योक्टो	दहाचा चोविसावा घात	योटा	दहाचा उणे चोविसावा घात

घाबरू नका, ही यादी इथे संपली आहे. निदान आतापुरती तरी! हे सारे शब्द आपल्या आकलनापलीकडचे आहेत. त्यामुळे जे चटकन किलो, मेगा यांसारखे लक्षातही राहणार नाहीत; तरीही वरवर विचित्र, विक्षिप्त वाटणारे हे शब्द तयार कसे केले असतील, असे कुतूहल तुमच्या मनात नक्कीच निर्माण झाले असेल. त्यासाठी आपण शेवटची जोडी विचारात घेऊ. योक्टो व योट्टा कसे बनवले?

यासाठी वेगळाच विचार पॅरिस येथील संस्थेने केला. दहाच्या उणे २४ साठी त्यांनी घातांकाचा नियम वापरून $१०^{-२४}$ ही संख्या $(१०^३)^८$ अशी लिहिली म्हणजे (१०००) चा आठवा घात झाला. बरोबर? ग्रीक भाषेत आठ या आकड्याला ऑक्टो (Octo) असा शब्द आहे. ऑक्टोपस हा प्राणी तुम्हाला माहीत आहे व तो आठ पायांचा असतो. आता ऑक्टो लिहिताना त्यातले पहिले अक्षर शून्य आहे, असे वाटू शकते. म्हणून त्यांनी त्या शब्दाला Y ची जोड दिली व बनवला योक्टो (Yocto). दहाच्या धन २४ घातासाठी मग योट्टा (Yotta) असा शब्द बनवला. विज्ञानात काहीही 'शेवटचे' असत नाही. प्रगतीला अंत नसतो. दहाच्या २४ घातांकाची मर्यादा आज कदाचित विज्ञानाने पारही केली असू शकेल, कोणी सांगावे? उदाहरणार्थ इलेक्ट्रॉनचे वस्तुमान योक्टोच्या हजारांश आहे. म्हणजे ते $१०^{-२७}$ इतके आहे. त्याला समजा झॉंटो (Xonto) म्हटले तर? पृथ्वीचे वजन ६००० योट्टाग्रॅम आहे; म्हणजे हाही दहाचा धन २७ वा घात, $१०^{२७}$ यासाठी झोना (Zona) असा शब्द बनवला तर? हरकत नाही; पण पॅरिस येथील आंतरराष्ट्रीय संस्थेला ते मान्य व्हायला हवे. १० चा २८ वा किंवा उणे ३२ व्या घाताला काय शब्द बनवता येतील बरे?

विश्वाची त्रिज्या व इलेक्ट्रॉनची हायड्रोजन अणूतील कक्षेची त्रिज्या यांचे गुणोत्तर 10^{40} येते. याकरिता काहीतरी शब्द काढावाच लागेल. तसेच गुरुत्वबल व अणूतील केंद्राचे केंद्रबल (Nuclear Force) यांचे गुणोत्तर 10^{-40} येते. आजतरी विज्ञानास 10^{42} ही सर्वांत मोठी व 10^{-51} ही सर्वांत छोटी, अशा दोन संख्या माहिती आहेत. त्याची व्याप्ती आपल्या कल्पनेच्याही पलीकडची आहे. त्यासाठी शब्द मात्र तयार आहेत. 10^{42} साठी आहे सोर्टा (Sorta) आणि 10^{-51} साठी आहे पेक्रो (Pekro). तुम्हाला आवडेल असे शब्द तयार करायला? एखादे वेळेस तुमचा शब्द निवडलाही जाईल. करा तर 10^{60} व 10^{-60} यासाठी शब्द तयार!

चमचम आणि आजार

तुम्ही कधी जंगलातून हिंडला असाल, तर एक अनुभव नक्की घेतला असेल. झाडांच्या गर्दीमुळे वर पानांची दाटी झालेली असते. आकाशातून सूर्याचा प्रकाश कवडशांच्या रूपात इथे-तिथे सांडत असतो. पानांमुळे छायाप्रकाशाचे चित्रविचित्र नक्षीकाम होत असते. आकार सारखे बनत असतात, बदलत असतात. त्यांच्याकडे पाहताना मजा वाटते. त्या बदलत्या आकारात आपण गुंगून जातो. खाली पाहण्याऐवजी आकाशाकडे वर पाहिले, तर मात्र चमचमणारे कवडसे फार वेळ बघवत नाहीत. असाच अनुभव पोहण्याच्या तलावावर गेले की येतो. तलावात कोणी पोहत नसते, तरी पाणी सतत हलत असते. वर-खाली होत लाटा तयार करत असते. त्यावर सूर्यप्रकाश पडतो. वर-खाली होणाऱ्या पाण्यावरून त्याचे किरण परावर्तित होतात. तुम्ही कोणत्याही दिशेला पाहिलेत, तर दहा-पंधरा बारक्या लाटा कोन साधून तुमच्या डोळ्यांवर प्रकाश फेकत असतात. ती चमचम काही सहन होत नाही. फार वेळ बघवत नाही.

आजकाल मोठ्या रस्त्यांवर दुभाजक असतात. त्यावर रस्त्याच्या मर्यादा कळाव्यात, म्हणून सिमेंट किंवा कशाचे तरी आयताकृती तक्ते रस्त्याला लंबरूप आणि थोडे तिरक्या कोनात बसवलेले असतात. विरुद्ध बाजूने येणाऱ्या वाहनाचे प्रखर दिवे काही वेळा दिसतात, काही वेळा नाही. त्यातूनही तो प्रखर प्रकाश लुकलुकत डोळ्यांवर येतो, तोही सहन होत नाही. आजकाल हा अनुभव बसल्याजागी टीव्हीच तुम्हाला देऊ शकतो. हल्ली कोणत्यातही कार्यक्रमात उघडमिट करणारे प्रकाशझोत आणि इकडेतिकडे फिरणारे प्रकाशझोत यांची स्पर्धा असतेच. कसे काय इतके लोक ते पाहतात, कोण जाणे! तुम्ही म्हणाल, ''हं! त्यात काय? आम्हीही पाहतो. अडचण काय?'' ती चमचम हीच अडचण आहे. त्यामुळे आजारपण येऊ शकते, असे म्हटले, तर तुम्ही विश्वास ठेवाल? तुम्हाला खरे वाटेल?

यावर तुम्हाला विश्वास ठेवावा लागेल, कारण हे वास्तव आहे. त्याला

इंग्लिशमध्ये 'फ्लिकर इलनेस' (Flicker Illness) असे म्हणतात. या संदर्भात दोन घटना अशा : सन १९९७, जपानमध्ये पोकीमानचे खूळ होते त्या काळात, एका प्रसंगात स्फोट होतो हे दाखवण्यासाठी, लाल व निळ्या रंगाचे प्रखर झोत हलते ठेवले होते. ते बघताना, त्या चमचमण्याने ७०० लहान मुलामुलींना दवाखान्यात दाखल करावे लागले. त्यांपैकी ५५० मुलांना घेरी येऊन ती निपचित झाली होती. हा फ्लिकर इलनेसचाच प्रकार होता. दुसरी घटना सन २००० मधली. सन २००० मध्ये ऑलिंपिक्सच्या स्पर्धा लंडनला होणार होत्या. परस्परांना छेदणाऱ्या पाच वर्तुळांचे ऑलिंपिकचे प्रसिद्ध चिन्ह जाहिरात म्हणून चमचमत होते. ते पाहताना तीस व्यक्ती घेरी येऊन कोसळल्या. हाही फ्लिकर इलनेसचाच प्रकार! या चमचमण्याने गरगरणे, मळमळ, डोकेदुखी, तिटकारा निर्माण होतो. शेवट घेरी येऊन व्यक्ती पार निश्चेष्ट होते. या प्रकारच्या फेफरे येण्याला 'फोटोसेन्सिटिव्ह एपिलेप्सी' (Photosensitive Epilepsy) असे म्हणतात.

यावर संशोधन सुरू झाले १९५० मध्ये. ज्यांना कधीही चक्कर आलेली नाही, त्यांना प्रयोगादाखल दाखवलेल्या चमचमत्या-लुकलुकत्या प्रकाशामुळे, त्यांच्यात वर सांगितलेली लक्षणे दिसून आली. लुकलुकण्याची कंपनसंख्या ३ हर्ट्झ ते ६० हर्ट्झ असू शकते. साधारण २० ते ३० हर्ट्झच्या लुकलुकण्यामुळे या आजारपणाची लक्षणे दिसतात. यावर उपाय म्हणजे; थोडे जरी अस्वस्थ वाटले, तरी डोळे बंद करणे, शांत राहणे हाच आहे. चित्रपटातही हल्ली अशा गाण्यांची लाट आहे. अशा वेळी डोळे बंद करणे उत्तम! नाही तरी ते बघून काय होणार त्रासाशिवाय? गाण्याच्या स्पर्धेच्या कार्यक्रमातदेखील प्रकाशाची लुकलुक कशाला हवी? ती मंडळी प्रेक्षकांची पर्वा का करतील? फ्लिकर इलनेस माहीत असेल, तर कदाचित सूज्ञ दिग्दर्शक ती काळजी घेईल. अन्यथा या फ्लिकरमुळे इलनेसला कोणीही बळी पडू शकतोच. त्याचे आणि मेंदूचे परस्परसंबंध यावर अधिक संशोधन केले जात आहेत. ज्यांना हे पटेल, कळेल, त्यांनी तरी स्वतःला जपावे.

सर्व्हीलन्स

मोठमोठी डिपार्टमेंटल स्टोअर्स म्हणा किंवा मग मॉल्स म्हणा, सगळीकडे हल्ली व्यवहाराचे चित्रण करणारे कॅमेरे बसवलेले असतात. ते सतत सगळ्या हालचालींचे वरून चित्रण करत असतात. कोणाला काही उचलायची सवय असेल तर किंवा कोणी विक्रेत्याशी असभ्य वर्तन करत असेल, तर स्पष्टच कळते. आज काल बँका, सराफांची दुकाने येथेही सर्व व्यवहारांचे चित्रण होत असते. सन १९१२ मध्ये तयार झालेल्या 'मॉडर्न टाइम्स' या चार्ली चॅप्लिनच्या अफलातून आणि सर्वांत प्रसिद्ध मूकचित्रपटात अशा निरीक्षणाचा आभास उत्तम तऱ्हेने केला आहे. तुम्ही जर हा चित्रपट बघितला नसेल, तर जरूर बघा. त्या फॅक्टरीत कोणत्या ठिकाणी काय चालते, ते मालकाला दिसू शकते. या प्रक्रियेस इंग्रजीत 'सर्व्हिलन्स' (Surveillance) असा शब्द आहे. आज पृथ्वीच्या पृष्ठभागावरील सागराच्या हालचाली, ढगांच्या हालचाली इत्यादींचे निरीक्षण उपग्रहावर बसवलेले कॅमेरे करतात. त्यांना 'सर्व्हिलन्स सॅटेलाईट्स' म्हणतात.

पूर्वी फोटो काढणे हा प्रकार खूप अवघड असायचा. मोठे कॅमेरे, त्याचा ट्रायपॉड, त्याच्यावर करायच्या प्राथमिक गोष्टींपासून ते शेवटी क्लिक करणे येथपर्यंत सर्वच प्रक्रिया आताच्या मानाने खूपच क्लिष्ट, वेळखाऊ असायची. ते कॅमेरे जाऊन हातातून सहज वापरता येतील असे, पण जरा जडच असे कॅमेरे आले. इंटिग्रेटेड सर्किट्सच्या तंत्राने 'चिप' (Chip) जन्माला घातली. यामुळे वेगाने बदल घडला. जड कॅमेरे जाऊन त्यांची जागा डिजिटल कॅमेऱ्यांनी घेतली. हा कॅमेरा छोटा, तुलनेने हलका, त्यात फिल्म नाही. कोणती 'अॅडजस्टमेंट' हातांनी करायची नाही. या सर्वांवर कडी म्हणजे एका वेळी ३०० फोटो होईपर्यंत चिंता नाही. तेवढे फोटो झाले, की कॅमेरा कंप्युटरला जोडायचा. सारे फोटो बघायचे. नको असतील, बरे नसतील; ते उडवायचे. राहिलेल्याची प्रिंट काढायची किंवा मग सी.डी. करायची. कॅमेरा पुन्हा पुढच्या ३०० फोटोंसाठी सज्ज!

आता तीच सोय मोबाइलमध्येही उपलब्ध झाली आहे. डिजिटल कॅमेऱ्यापेक्षाही मोबाइल हे प्रकरण आणखीच छोटे. हातात मावणारे. तसे सहज ओळखू न येणारे. तुम्ही कशाचे निरीक्षण करत आहात, फोटो काढत आहात, तेच कळत नाही. डिजिटल कॅमेराचा फोटो येताना प्रकाश पडतो. थोडा आवाजही येतो. मोबाइल कॅमेऱ्यातून फ्लॅशही होत नाही. आवाज येतो, तोही फार बारीक! बरे, मोबाइल कॅमेऱ्याने तुम्ही थोड्या काळासाठी चलचित्रणही करू शकता. त्यामुळे निरीक्षकाचेही निरीक्षण तुम्ही करू शकता. अशासाठी एक वेगळाच शब्द तयार केला आहे. तो आहे 'सॉसव्हीलन्स' (Sousveillance). हा शब्द एका फ्रेंच शब्दापासून तयार केला आहे. त्याचे शब्दश: भाषांतर 'खालच्या दिशेने पाहणे' असे आहे. सर्व्हिलन्स करण्याचे कॅमेरे 'वरून' तुमचे निरीक्षण करतात. त्यांचे निरीक्षण करायचे, तर ते खालच्या दिशेनेच करावे लागणार ना? म्हणून हा शब्द : सॉसव्हीलन्स.

कॅनडातील टोरांटो विद्यापीठातील स्टीव्ह मान यांनी हा शब्द प्रथम बनवला व वापरायला सुरुवात केली. ते संगणक अभियंता आहेत. आपण एरवी हिंडताना जे जे आजूबाजूला घडते, त्याचे चलच्चित्रण करणारी यंत्रणा अंगावर घेऊन ते असे चित्रण सन १९८० पासून करत आहेत. तुमच्याकडे बऱ्याच घटना-प्रसंगांचा 'पुरावा' जमा होत जातो. काही गमतीदार क्षण, गफलतीचे, बेजबाबदारी दाखवणारे, अरेरावी दाखवणारे, चांगुलपणा दाखवणारे असे सगळे त्यावर मुद्रित होते. त्यातून तुम्ही कोणाला कचाट्यातून सोडवू शकता, अर्थात पकडूही शकता. दृश्य पुरावा दिला की, तो ग्राह्य धरला जाणारच. यातून हे असे निरीक्षकाचे निरीक्षण, अर्थात सॉसव्हीलन्स लोकप्रिय होऊ लागले. क्लोजसर्किट टीव्हीचेच चित्रीकरण करणे हे त्याचे सौम्य स्वरूप!

'सॉसव्हीलन्स' सर्वदूर होण्याचे कारण म्हणजे डिजिटल चिप्सचा विकास व उपलब्धता. व्हिडियो चिप्सच डिजिटल कॅमेरा व मोबाइल यांमध्ये असतात. आज त्यामुळे पटकन कोणीही, कुठलेही चित्रण करू शकतो. फोटो काढू शकतो. कोणाकडे एखादा 'दुर्मीळ' क्षण असू शकतो. त्याचा उपयोग भविष्यात करू शकतो. १९८० मध्ये चित्रीकरण कॅमेरे चौकाचौकांत बसवले गेले. पाश्चात्त्य देशांत चित्रीकरण करणार म्हटले की सर्वांचेच वागणे, बोलणे मर्यादित होते; हा एक फायदा सॉसव्हिलन्समुळे होतो. 'निरीक्षकांचे निरीक्षण' ही गोष्ट मात्र निरीक्षकांना फारशी रुचलेली नाही. आज इतके जण मोबाइल वापरतात व ते केव्हाही फोटो काढू शकतात. सॉसव्हीलन्सला स्वीकारणे, हा एकच पर्याय आपल्याकडे आहे.

कॅमलकेस

उंट चालताना तुम्ही पाहिला आहे? नक्की पाहिला असणार. काहींनी त्याच्या पाठीवरून चार-दोन चकरादेखील मारल्या असतील. उंच पाठ वर-खाली होताना, त्यावरून आपण पडू की काय; अशी भीती, धाकधूक सारखीच वाटत राहते. उंटाच्या पाठीचा विचार केला, तर दोन प्रकार बघायला मिळतात. काही उंटांना पाठीवर एक उंचवटा असतो, तर काहींना दोन असतात.

कंप्युटरवर गुगलमध्ये शोधाशोध करताना पाहिजे असलेली माहिती दिसली, की जुजबी वाचून पुढे वाचण्यासाठी 'हार्ड कॉपी' किंवा 'प्रिंट आऊट' घेणे गरजेचेच! ई-अमुक, ई-तमुकमुळे पुस्तके-मासिके संपतील; असा कयास अनेकांनी केला होता. तसे काहीही झाले नाही. आज तरुण वर्ग खूप वाचतो, हे एक सुचिन्हच आहे. संगणकाच्या पडद्यावरचे वाचण्याच्या गैरसोयी खूपच आहेत. तुम्ही घेतलेली हार्डकॉपी समजा चुकून 'ऑल कॅप्स'मध्ये आली, तर ती वाचणे ही एक शिक्षा वाटायला लागते. त्या मजकुराला वाचनीयता नसते. तुम्ही घेतला नसेल किंवा आला नसेल, तर हा अनुभव एकदा घ्यायला हरकत नाही. इंग्रजी व तत्सम भाषेतच ही समस्या उभी राहते. आपली देवनागरी त्या दृष्टीने सोयीची आणि बिनअडचणीची!

याच्यासारखी अडचण वेबसाईटच्या ॲड्रेसमधले शब्द वाचताना येते. इथे सर्व अक्षरे लहान असतात व दोन शब्दांत अंतर नसण्याचीच रीत आहे. सर्व अक्षरे नुसती एकापुढे एक रचल्यासारखी वाटतात. 'त्यामजकुरालावाचनीयताचनसते' हे तुम्हाला नीट वाचता आले असेल; पण समजायला नेहमीपेक्षा थोडा जास्त वेळ लागला असेल. हो ना? आता तुम्ही म्हणाल की उंटाची उंच पाठ आणि इंग्रजी मजकुरातली ही अडचण यांचा काय संबंध? तुमचा विचार, शंका अगदी रास्तच म्हणायली हवी. त्यांच्यातला संबंध खरेच बादरायण संबंध म्हणतात, तसाच आहे. तरीही त्यात गंमत आहे. पुढे वाचा तर...

अवाचनीयतेवर एक उपाय मग काढला गेला. जे दोन शब्द जोडायचे, त्यांची

पहिली अक्षरे कॅपिटलच ठेवायची व बाकीची स्मॉल. जसे BlackBerry किंवा MyFiles, YouTube वगैरे. असे केले, की दोन शब्द जोडलेही जातात आणि त्याचे स्वतंत्र वैशिष्ट्यही कायम राहते आणि महत्त्वाचे म्हणजे, तरीही ते वाचनीय असते. अशा लिहिलेल्या शब्दांना त्यांनी 'कॅमलकेस' असे नाव दिले. कॅपिटल लेटर्स व स्मॉल लेटर्स यांना फार पूर्वीपासून अपर केस (Upper Case) व लोअर केस (Lower Case) असे म्हणायचे. म्हणून मग कॅमल केस (Camel Case). कॅमल म्हणजे उंट आणि उंटाच्या बाबतीत त्याची उंच पाठ व तिच्यावरचा उंचवटा लक्षात येतो. दोन वा तीन शब्द जोडून लिहिताना मध्ये जागा (Space) किंवा अंतर सोडायचे नाही, पण शब्दातले पहिले अक्षर कॅपिटल किंवा मोठे लिहायचे. ते उंच दिसते, यावरून कॅमल केस. जसे CamelCase किंवा LightHouse इ. गंमत आहे की नाही? उगीच नाही शब्दवेध मनोरंजक वाटत; तो असतोच!

'कॅमलकेस' हा प्रकार साधारण सन १९५० पासून दिसायला लागला. त्या काळी CinemaScope किंवा मग VistaVision हे शब्द खूप लोकप्रिय झाले होते. त्या वेळी कॅमलकेस हा शब्द कदाचित नसेल. संगणकाचे प्रोग्राम्स लिहिणाऱ्यांना मात्र त्याचा उपयोगही झाला आणि फायदाही. प्रोग्राम ज्या संगणक भाषेत लिहायचा, त्या भाषेतले शब्द आणि प्रोग्रामरने ठरवलेले शब्द यांतला फरक त्यांना आता करता येऊ लागला. प्रोग्राम लिहिल्यानंतर तो चुका काढून दुरुस्त करणे, याला काही पर्याय नसतोच. त्यासाठी या कॅमलकेसचा खूप उपयोग झाला. पूर्वी की-बोर्डवर फक्त कॅपिटल लेटर्सच असायची. १९६० च्या दशकाशेवटी अपर आणि लोअर केस दोन्ही की बोर्डवर उपलब्ध झाली. सर्व प्रोग्रामर्सनी कॅमलकेसला जवळ केले. त्याचा वापर मुक्तहस्ते केला.

संगणक, प्रोग्रॅमर्स हे विश्व कॅमलकेसने कधीच पादाक्रांत केले. ती कल्पना आपल्या रोजच्या जीवनात डोकावू लागली आहे. वेबसाईटची नावे, ज्यातील शब्दांत अंतर ठेवायचे नाही, असा नियम आहेच. ज्यामुळे कंपनीच्या मूळ नावाला धक्का न लावता सगळे नीट होऊ शकेल. जसे GlaxoIndia. यामुळे भाषेवर, तिच्या सौंदर्यावर परिणाम होईलसे वाटले होते, परंतु तसे काही झाले नाही. कंप्युटर्सचा जमाना सुरू झाला, तेव्हा संक्षिप्त रूपे वापरण्यावर असाच आक्षेप घेतला होता. काही काळातच संक्षिप्त रूपे स्वीकारली गेली. ही जशी एक सोय आहे, तशीच संक्षिप्त रूपे आणि कॅमलकेसही!

एंबरॅसमेंट : बावरणे : भावना

तुम्ही हॉटेलमध्ये आहात. काहीतरी खाताना त्यातला थोडासा भाग टेबलावर पडतो. कोणाचे लक्ष नाही, असे पाहून तुम्ही तो उचलून खायला आणि तुमच्या आवडत्या व्यक्तीने पाहायला एक गाठ पडते. तुम्ही बावरता, कोणत्या शब्दांत काय म्हणावे किंवा म्हणू नये, काही म्हटल्या काऽही सुचत नाही. बादशहा व बिरबल यांची 'बूंदसे गयी सो हौदसे नही आती' ही गोष्ट तुम्हाला नक्कीच माहिती असेल. ती म्हणजे एम्बॅरॅसमेंट (Embarassment) स्पष्ट करणारी कथा आहे. अशा प्रसंगांना आपणा सर्वांनाच कधीतरी सामोरे जावे लागते. अशा सर्व प्रसंगी आपण बावरतो, बावचळून जातो, लाज वाटते, गोंधळ उडतो. काय करावे समजत नाही.

ही भावना अगदी नैसर्गिक असून सर्वदूर आढळणारी आहे. असे अनुभव इतरांना न सांगण्याचीच आपली वृत्ती असते. काही अगदी मोकळेपणाने असे प्रसंग सांगतात, तेव्हा त्याला ते फजिती म्हणतात. सगळे या अनुभवांतून जातात; पण काहींना त्याची इतकी शरम वाटते, की ते शक्यतो अशा बाबी टाळतात. काही त्यापायी आजारी पडतात. काही तर चक्क मरण पावतात.

एम्बॅरॅसमेंट, गोंधळणे, बावरणे ही कसली भावना आहे? यामुळे गैरसोय होते, अडचण वाटते; आपण पेचात पकडले गेलो आहोत, असे काहींना वाटते. काहींना याची भीती वाटते, तर काहींना अनिश्चितता! ही भावना म्हणजे सौम्य स्तरावरची शरम वाटण्याची किंवा खजील होण्याची आहे, असे काहींचे मत आहे. आजूबाजूला दोन-चार माणसे जरी असतील, तर ही लाज वा शरम जरा जास्तच वाटते. खूपच खजील वाटते हे खरे. त्यामुळे तुमची इतरांच्या मनातली प्रतिमा डागाळते, तुमची पत जाते, असे वाटते. लोकांचे तुमच्याविषयीचे मत बदलेल, असे वाटते. गाडी लागण्याची व्यथा ज्यांना आहे, अशांना तर ही भावना खूपच खजील करून जाते. काय वाटेल, म्हणून ती मंडळी सांगतही नाहीत. सँडविच करत असताना लोणी लावलेला स्लाईस नेमका खाली पडणे, कोनमधून आइस्क्रीम खाताना अर्धवट तुटून कोनच

खाली पडणे असे अनेक प्रसंग सांगता येतील.

खजील होणे, शरम वाटणे ही खरे तर क्षमा मागण्याची रूपे होत. तुमच्या चुकून लागलेल्या धक्क्याने काही वस्तू पडणे, बुफे पद्धतीने जेवण्याच्या वेळी भरलेली प्लेट सावरण्याच्या नादात असलेल्या एखाद्या व्यक्तीला आपला धक्का लागणे, असेही प्रसंग सर्रास घडतात. तुम्ही खजील होऊन क्षमा मागता, तेव्हा लोकांना बरे वाटते. चूक झाली, याचे भान तुम्हाला आहे, हेच तुमच्या बावरण्यातून स्पष्ट होते. नपेक्षा तुम्ही काहीही न म्हणता गेलात, न पाहता गेलात; तर मात्र तुम्ही आढ्यताखोर, बेजबाबदार, निर्लज्ज वाटता! त्यासाठी कुठल्याही अभिनयाची किंवा झालेय त्याहून जास्त दाखवण्याचीही गरज नसते. तरीही दुसरी व्यक्ती खजील होताना बघून बरे वाटते. खजील झालेली व्यक्ती खाली बघते, कसनुसे हसते, नजर दुसरीकडे वळवते. बहुतेक ही नजर डावीकडे वळते, मानही कदाचित डाव्या बाजूलाच फिरवली जाते; या निरीक्षणांवरून हे सारे भावप्रदर्शन उजव्या मेंदूने नियंत्रित केले असावे, असा ढोबळ अंदाज करता येतो. कामाच्या विभागणीत उजव्या मेंदूकडे नकारात्मक विचार, भावना, अशाब्दिक सूचना, दुसऱ्यांच्या हातवाऱ्यांचे व हावभावांचे आकलन इत्यादी गोष्टी आल्या आहेत. खजील झालेली व्यक्ती बहुतेक आपले तोंड डाव्या हाताने झाकते व दोन-तीन पावले मागे सरकते.

काहींना मात्र असे काही होणे हे चुकीचे वाटते व त्यामुळे ते टाळण्याकडे प्रवृत्ती असते. कधीकधी ही प्रवृत्ती इतकी बळावते; की ती व्यक्ती दुसऱ्याच्याच काय, पण स्वतःच्या सुरक्षिततेचाही विचार करत नाही. मेडिकल्सच्या दुकानात हा अनुभव बऱ्याचदा येतो. सॅनिटरी नॉपकिन्स, गर्भनिरोधक साधने, हेअर रिमूव्हर अशा गोष्टी मागायला आलेल्या व्यक्ती चेहऱ्यावरूनच बावरलेल्या असतात. गहन पेचात असल्यासारख्या, बावचळलेल्या दिसतात. नाक, डोळे, पाठ, पाय, हात ही नावे सहजपणे, न बिचकता घेणारी व्यक्ती लिंग, योनी, गर्भाशय, गुद्द्वार या शब्दांचे उच्चार करायला बिचकते. वास्तविक हे सगळेच अवयव प्रत्येकाला असतातच. मग असे का असावे, ते समजत नाही. त्यासाठी एक विनोदी पर्याय आजकाल लोक वापरताना दिसतात. अशा काही शब्दांना त्यांना इंग्रजीच्या कुबड्या लागतात. स्तनांचा कॅन्सर हे म्हणायला व्यक्ती लाजते, पण ब्रेस्ट कॅन्सर असे अगदी न लाजता म्हणते. गुप्तांगविषयीचे आजार, व्याधी केवळ लाजेपायी, शरमेपायी डॉक्टरांनाही न सांगणारे महाभाग असतात. त्यांना तसे शब्द वापरणे, हेच एम्बॅरेसिंग वाटते. प्रकरण हाताबाहेर जाते आणि मृत्यूही येऊ शकतो. यावर उपाय म्हणजे; जी भावभावना ज्या क्षणी येईल, ती स्पष्टपणे दाखवा, तिचा मोकळा विचार करा, स्वीकार करा; अशा वेळा सर्वांवरच येतात, हे लक्षात ठेवा. एम्बॅरेस होणारे केवळ तुम्हीच नसता हे जाणले; तर शरम, भीती, बावरणे सारे आपोआपच जाईल.

सिलिकॉनचे गोल चेंडू

टेबलटेनिस, टेनिस, क्रिकेट, गोल्फ, बिलियर्ड्स, व्हॉलीबॉल, फुटबॉल, बास्केटबॉल या सर्व खेळांत चेंडू लागतात. काही भरीव असतात तर काही पोकळ. खेळाप्रमाणे चेंडूंसाठी वेगवेगळे घटकपदार्थ वापरले जातात. खेळाप्रमाणे चेंडूंची वजने, मापे वेगवेगळी असतात. प्रत्येक चेंडू बनवण्याची रीत वेगळी असते. यात एक साम्य की, हे सारे गोलाकृती असतात. हे चेंडू सर्व दिशांनी गोलाकृतीच असतात का, असा प्रश्न प्रत्यक्ष खेळाडूंनाही कोड्यात पाडेल. प्रत्येक चेंडूस काही तरी त्रिज्या आणि व्यास असणारच. हा व्यास जर तुम्ही उभ्या, आडव्या वा तिरक्या दिशेने मोजलात तर सारखाच येईल का, या प्रश्नाचे स्पष्ट उत्तर द्यायचे; तर 'नाही' असेच द्यावे लागेल. ते सर्व चेंडू गोलाकार असतात; पण ते ढोबळमानाने. वास्तवात आणि काटेकोर मोजायचे ठरले, तर नसतात. वजनाच्या बाबतीतही असेच म्हणावे लागेल.

आंतरराष्ट्रीय वजने-मापे ही संस्था सन १८९० मध्ये पॅरिस येथे स्थापन करण्यात आली. तेव्हापासून वजने, मापे, आकारमान ठरवणे, त्यांच्या व्याख्या ठरवणे, ती वजने, मापे सदासर्वकाळ, इतर काही बदलले तरी अबाधित राहतील हे पाहणे व त्यावर नियंत्रण ठेवणे अशी कामे ही संस्था करत आलेली आहे. या संस्थेचे आणखी एक कार्य तुम्ही 'योक्टो आणि योट्टा' यात वाचल्याचे आठवते आहे का? अर्धा किलो वजनाचा कोणताही पदार्थ घेतला, तर नंतर जगभरातील कोणत्याही तराजूवर त्याचे वजन तितकेच भरले पाहिजे. एक मीटर कापड घेतले, तर कुठेही तेवढेच भरले पाहिजे, त्यासाठी काही एक 'प्रमाण' (Standard) ठरवावे लागते. किलोग्राम म्हणजे किती वस्तुमान (Mass), किलोमीटर म्हणजे किती अंतर, एक सेकंद म्हणजे किती काळ, यांच्या मूळ किमती 'प्रमाणभूत' (Standard) मानल्या की, त्यात विशिष्ट मात्रेपेक्षा अधिक बदल व्हायला नको. अशा सर्व बाबतीत ही संस्था नियंत्रण करते.

प्रकाशीय उपकरणे बनवण्यात वाकबगार असलेले ऑस्ट्रेलियातील अंकिम लिस्टनर यांनी सिलिकॉन या मूलद्रव्याचे दोन 'गोल' चेंडू तयार केले आहेत. त्यांचा प्रत्येकाचा व्यास ९३ मिलिमीटर आहे. हा व्यास तुम्ही अनेक ठिकाणी मोजलात, तर त्यात जास्तीतजास्त फरक ३५ नॅनोमीटरचा येईल (१ नॅनोमीटर म्हणजे एका मीटरचा अब्जांशावा भाग). तुम्ही म्हणाल, की यात एवढे शब्दवेध घेण्यासारखे काय आहे? तुमची शंका रास्त आहे. हे दोन्ही गोल चेंडू पूर्णत: सिलिकॉनच्या अणूंचे बनलेले आहेत. लिस्टनर यांनी या अगोदर असे ४० चेंडू बनवले आहेत. जगभरातील वजनेमापे नियंत्रित करणाऱ्या संस्था त्यांचा उपयोग घनता (Density) व आकारमान (Volume) ही दोन महत्त्वाची एकके व त्याचे 'प्रमाण' (Standard) ठरवण्यासाठी करत आहेत. तुम्हाला आर्किमिडीजचे तत्त्व माहिती असेल, आठवतही असेल. त्याने योजलेल्या एका साध्या व सोप्या प्रयोगाद्वारे वस्तूचे आकारमान व घनता तुम्ही काढू शकता. लिस्टनर यांनी नव्याने दोन चेंडू तयार करायला घेतले आहेत. त्यावरून एक किलोग्रॅम वस्तुमानाचे प्रमाण, मानक ठरवण्यात येईल. यात सिलिकॉनच्या अणूचे वस्तुमान प्रमाण धरून किलोग्रॅम ठरवला जाणार आहे. एका बिनचूक गोल चेंडूत सिलिकॉनचे किती अणू असले, की त्या चेंडूचे वजन अचूक एक किलो येईल, हे त्यावरून ठरेल. त्यामुळे त्या चेंडूतला प्रत्येक अणू सिलिकॉनचा हवा, हे उघड आहे. त्यात दुसऱ्या मूलद्रव्याचा एकही अणू नको, कारण मग त्याचे वस्तुमान वेगळे असेल ना? आणखी एक म्हणजे, हा गोल चेंडू जितका अचूक गोलाकार (Spherical) असेल तितकी, वस्तुमानाची व्याख्या व वस्तुमानाचे 'प्रमाण' अचूक ठरेल. हो की नाही?

रसायनशास्त्रातील मूलद्रव्यांची समस्थानिके (Isotopes) ही संकल्पना तुम्हाला माहीत असेल. अणूमधले प्रोटॉन्स व इलेक्ट्रॉन्स तेवढेच राहतात, मात्र अणुकेंद्रातील न्यूट्रॉन्सची संख्या बदलते. यामुळे एखाद्या मूलद्रव्याचे आवर्तसारणीतील (Periodic Table) 'स्थान' तेच राहते; पण अणुभार मात्र बदलतो. अतिशुद्ध सिलिकॉन मिळवण्यासाठी प्रथम सिलिकॉन संयुगांची (यासाठी सिलेन (Silane) म्हणजे SiH_4 हे संयुग वापरण्यात आले.) वाफ केली व ही वाफ सेंट्रीफ्यूज (Centrifuge) या यंत्रात टाकली. त्यातून 'सिलिकॉन-२८' हा समस्थानीय स्वतंत्र केला. यापासून सिलिकॉनचा मोठा स्फटिक (Crystal) बनवण्यात आला. हा स्फटिक ९९.९८ टक्के शुद्ध सिलिकॉन-२८ होता.

लिस्टनर यांनी प्रथम ॲल्युमिनम ऑक्साईड या कठीण स्फटिकाची पूड आणि नंतर टिटॅनियम डायऑक्साईडची सूक्ष्म पूड वापरून सिलिकॉनच्या दोन्ही चेंडूंना पॉलिश केले. यासाठी ते केवळ 'घर्षण' प्रक्रियेचाच वापर करत नाहीत. त्याबरोबर काही खास रसायनांद्वारेही पॉलिश करणे, पृष्ठभाग अगदी गुळगुळीत व चकचकीत

करणे ते करतात. ही पूर्ण प्रक्रिया लिस्टनर यांनीच बनवली, योजली आहे. ''यात विज्ञान तर आहेच, पण पूर्ण 'गोलाकार' चेंडू करणे ही एक कलाही आहे. कोणतीही कला तुम्हाला आनंद देतेच,'' लिस्टनर हसून म्हणतात.

आजपर्यंत अनेकांनी सिलिकॉन बॉल्स बनवले आहेत. त्यांच्या चेंडूतील व्यासातला फरक ६०० नॅनोमीटर आहे. लिस्टनर यांनी मात्र तो फरक केवळ ३५ नॅनोमीटरपर्यंत आणला आहे. ते यावर समाधानी नाहीत. त्यांना हा फरक ५ ते १५ नॅनोमीटरपर्यंत आणायचा आहे. ते तो आणतील, अशी खात्री त्यांनी व्यक्त केली आहे. तसे झाले, तर ते दोन बॉल्स सर्व जगातले सर्वांत अचूक गोलाकार असतील. असे वाचले, की वाटते की नाही, ते सिलिकॉन बॉल्स आपल्याला बघायला मिळावेत म्हणून?

दंशतीव्रता

डास, ढेकूण, मधमाश्या, गांधीलमाश्या व मुंग्या यांची ओळख आपल्याला त्यांच्या चावण्यामुळेच होते. ढेकणांची सद्दी सध्या शहरांतून संपलेली दिसते आहे. तो बेटा आताशा सहजपणे दृष्टीस पडत नाही. अर्थात तो कुठेतरी असणारच. डास मध्यंतरी मोठ्या शहरातून गायब झाले होते. परंतु ते पुन्हा दिसू म्हणण्यापेक्षा चावू लागले आहेत. डासांच्या अनेक जातींपैकी एका जातीच्या माद्याच चावतात. मुंग्या मात्र इथे तिथे आढळतात. कोणतेही घर व जागा त्यांना वर्ज्य नाही. तशा त्या सर्वव्यापीच! तसेच म्हणायचे, तर पृथ्वीपाठीवर असलेल्या जीवसृष्टीचा सर्वांत मोठी म्हणजे ७०% हिस्सा कीटकवर्गानेच व्यापला आहे. घरात वा बागेत चार प्रकारच्या मुंग्या व अनेक आकाराचे मुंगळे दिसतात. लाल मुंग्या चावतात. काळ्या मुंग्या इतक्या घाईत असतात, की त्यांना एका जागी थांबून चावायला वेळ नसतो. एक करड्या रंगांच्या, अगदी छोट्या स्वल्पविरामाच्या आकाराच्या मुंग्या दिसतात. त्याही छान चावतात. मुंगी चावली, की एक क्षण आपण दुसरा कोणताच विचार करू शकत नाही. एखादी मधमाशी डसली, तर त्याहीपेक्षा जास्त काळ टिकणाऱ्या वेदना होतात. शिकवलेल्या मधमाश्या काही लोक मुद्दाम चावून घेतात. मधमाशीच्या चावण्यामुळे संधिवात जातो, कमी होतो, असा अनुभव बऱ्याच जणांना आला आहे. डंखापेक्षा डंखावाटे जे रसायन मिश्रण माश्या शरीरात टोचत असतील, त्याचा हा परिणाम असू शकेल. अर्थात मधमाशी म्हटली की संधिवात आठवत नाही, की मध आठवत नाही. आठवतो तो तिचा दंशच!

इतर प्राण्यांच्या दंशातही वेदना होतातच. साधे खरचटले, तरी वेदना होतातच. वेदनेचे मोजमाप करणे तर दूरच, पण तिच्याविषयी आपल्याला फारशी माहिती झालेली नाही. इतकेच कशाला; सर्व जीवनाचे ते एक अटळ, अपरिहार्य आणि अविभाज्य अंग असून तिची व्याख्याही नीटपणे अजून करता आलेली नाही. तरी संशोधक काही प्रयत्न करत असतात. जस्टिन श्मिड्ट यांनी स्टिंग-पेन इंडेक्स

(Sting-Pain Index) शोधण्याचा प्रयत्न केला आहे. त्यासाठी ० ते ४ अशी मोजपट्टीही बनवली आहे. मधमाशीचा डंख '२' मानला आहे. त्यावरून मग त्याच्या खालचे व वरचे डंख कोणाचे, असे शोधण्याचा एक प्रयत्न त्यांनी केला. तरी ढोबळमानाने ० ची वेदना शून्य व ४ ची तीव्र असे म्हणता येईल. अर्थात हाही तर्क; कारण होणाऱ्या वेदनेचे मोजमाप करण्याचा त्याचा हेतूही नाही.

जस्टिन श्मिड्ट यांनी अनेकांच्या वर्णनावरून, त्यांना आलेल्या दंशाबद्दलच्या अनुभवावरून ही मोजपट्टी केली आहे. गेल्या तीन वर्षांत त्यांनी ७८ प्रजातींचा व त्यांच्या दंशांचा धांडोळा घेतला आहे. विविध प्राण्यांची इतर प्राण्यांना दूर ठेवण्याची क्षमता किती आहे, त्याचा मागोवा घेणे हे जस्टिन यांचे ध्येय होते. दंशामुळे मोठा प्राणीदेखील क्षणभर गांगरतोच. अशा प्राण्यांच्या वाटेस पुन्हा जायचे नाही, एवढी समज त्याला मिळते.

माणसांना काय वाटते, यावरूनच इतर सस्तन प्राण्यांना किती वेदना जाणवेल, त्याचा विचार जस्टिन यांनी केला आहे. इतर सस्तन प्राण्यांना जाणवणारी वेदना माणसासारखी असेल, असे त्यांनी मानले आहे. बहुतेक प्राण्यांचे डंख मधमाशीपेक्षा कमीच आहेत. काही प्रकारचे कीटक, मधमाशी बरोबर '२' क्रमांकावर आहेत. पेपरवास्प आणि हार्वेस्टर अँट यांचे दंश '३' या क्रमांकावर आहेत. टारांटुला हॉक्स किंवा पेप्सिन वास्प याचे डंख '४' स्थानावर आहेत. माणसाच्या दृष्टीने ही वेदना उच्च व्होल्टेजच्या विजेच्या धक्क्यासारखी असते. हा डंख खूपच तीक्ष्ण, तीव्र असतो. ही वेदना काही मिनिटांपुरतीच असते. वॉरियर वास्पचा डंखही चौथ्या क्रमांकावर आहे. मात्र हा डंख निदान ४ ते ५ तास दुसरे काही सुचू देत नाही. सगळ्यात तीव्र असतो तो बुलेट अँट (Bullet Ant) चा दंश! ती चावली, की वेदनेच्या लाटाच येत आहेत असे वाटते. ही वेदना २४ तास सहज टिकते. तिला जस्टिन यांनी '४+' असा क्रमांक दिला आहे. हिच्या दंशाची कल्पनाच आपण करायची. प्रत्यक्ष अनुभव घेण्याची इच्छा मनातही येणे शक्य नाही.

अरीबादा

निसर्ग म्हणजे एक अजब! अनेक आश्चर्यांचा एक खजिना! गेल्या कैक लाख वर्षांत तो रिता झाला नाही आणि पुढील कैक कोटी वर्षांत होण्याची शक्यता नाही. खजिना चक्क अक्षय आहे. याचा अर्थ त्याची व्याप्ती आपल्याला समजली आहे, असे नाही. खजिन्यातल्या नवलाचा अनुभव अनेकदा आपल्याला येतो. काही आश्चर्ये कळली आहेत असे वाटत असताना; काही तरी असे घडते, कळते, की नवे खरे की जुने; असा प्रश्न पडावा. असेच एक अजब अनोखे आश्चर्य, अद्याप अनाकलनीय असलेले : अरीबादा (Arribada).

अरीबादा हा एक स्पॅनिश शब्द आहे. त्याचा त्या भाषेतला अर्थ 'सागरमार्गे आगमन' असा आहे. हा शब्द केंप रिडले व ऑलिव्ह रिडले (Kemp & Olive Ridley) या दोन जातीच्या समुद्री कासवांच्या एका वैशिष्ट्यासाठी वापरला जातो. कासवांच्या अनेक जाती सामुदायिकपणे अंडी घालण्याचा कार्यक्रम वर्षवर्षाला पार पाडतात. ही रिडले जातीची कासवेसुद्धा हा कार्यक्रम पार पाडतात, परंतु त्यांची संख्या लाखात मोजावी लागेल, हे त्याचे अनोखे वैशिष्ट्य!

पृथ्वीच्या पाठीवर असे काही किनारे आहेत, की जेथे हे नाट्य बघायला मिळते. अशा किनारी तुम्ही योग्य वेळी गेलात; तर पूर्ण किनारा सुनसान, चिटपाखरूही नसलेला दिसतो. त्याचे तुम्हाला आश्चर्य वाटते न वाटते तोच, समोरच्या समुद्रातून हजारोंच्या संख्येने कासवे येऊ लागलेली दिसतात. समुद्रात जशा पाण्याच्या लाटा एकामागून एक येतात, तशा कासवांच्याही लाटामागून लाटा किनाऱ्यावरच्या वाळूतून येत राहतात. पुढील दोन-तीन दिवस मग त्या किनाऱ्यावर कासवांची कुजबूज, लगबग, अंडी घालणे, नव्या पिढीचे सहचारी शोधणे हे चालू राहते. नंतर तो किनारा पुन्हा पूर्ववत ओसाड बनतो. एकूण या नाट्याला उपमा द्यायची, तर त्या नाट्याचीच देता येईल, इतका तो अनन्यसाधारण असतो. नेमका या नाट्यालाच 'अरीबादा' हा शब्द योजला आहे.

ही लक्षावधी कासवे हज्जारो किलोमीटरचा प्रवास करून सहचराचा शोध घेणे,

वंशवृद्धी करणे व वाळूत अंडी घालणे या कामांसाठी किनारी येतात. या अरीबादाविषयी या व्यतिरिक्त आपल्याला काहीच माहीत नाही. वर्षात सहा महिने व दर महिन्यात एकदा हा काळ असतो. तो नक्की कधी होईल; याचे काही सूत्र, समीकरण आपल्याला माहिती नाही. तसे काही ठरवता येईल, असेही काही धागेदोरे आपल्या हाती नाहीत. असा गहन प्रश्न पडतो की, कासवे हे कसे ठरवतात? एक निरीक्षण असेही आहे, की समुद्रकिनारी यायच्या अगोदर कासविणी डोळे मिटून घेतात. किनाऱ्यावर येतात, वाळूत गतवर्षीची जागा शोधतात, अंडी घालतात व आल्या पावली परत जातात. पाण्यात गेल्यावरच पुन्हा डोळे उघडतात. हे सारे आंधळेपणाने कसे करू शकतात, हा आणखी एक कोड्यात टाकणारा प्रश्न!

काही अभ्यासकांच्या मते चंद्राच्या कला, समुद्राची भरती यांचा काहीतरी संबंध अरीबादाशी असावा. किनाऱ्यावरचा वारा, त्याचा वेग, त्याची दिशा, त्याची वेळ यांचे काहीतरी नाते अरीबादाशी असावे; असे काही जणांना वाटते. अर्थात असे जर असेलच, तर ते कासवांना कसे जाणवते, हाही एक विचार करण्यासारखा प्रश्न आहे. ही कासवे एकमेकांना काही पद्धतीने खुणेचा संदेश देत असावीत. त्यावाचून लक्षावधी कासवे विशिष्ट वेळी, विशिष्ट किनारी कशी येतात कोणास ठाऊक? हे सारे किनारे हिंदी महासागर, प्रशांत व अटलांटिक महासागर यांवरच्या किनाऱ्यांपैकी आहेत. इतर किनारी अरीबादा घडत नाही. बरे या किनाऱ्यातही काही साम्य आहे, असेही नाही. आज तरी अरीबादाचे रहस्य, प्रक्रिया फक्त कासवांनाच माहीत आहे.

हा सामुदायिक सोहळा निसर्गाने का बरे योजला असावा? एका वेळी लाख दोन लाख अंडी असली, की त्यावर ताव मारणारे कधीतरी समाधानी होतीलच. मग उरलेली कासवांची अंडी योग्य दिवस झाल्यावर इवल्याशा नव्या पिढीला जन्म देतील, हा एक हेतू असेल. दुसरे असे, की बरीच कासवे इथे एकत्र येतात. त्यामुळे वंशवृद्धीसाठी सहचारी मिळणे तितकेसे कठीण जात नाही, जे कदाचित समुद्रात अवघड असू शकेल. निसर्ग तर काही विशिष्ट मार्गे तसा संदेश, सूचना कासवजातीला देत नसेल? काही सांगता येत नाही. माणूस सोडून सर्व सजीव निसर्गाचे ऐकतात.

या अरीबादात सर्वच रिडले जातीची कासवे भाग घेत नाहीत. काही स्वतंत्रपणेच अंडी घालतात. एकाच प्रजातीत एकाच कारणासाठी दोन अगदी भिन्न पद्धती का बरे राबवल्या जात असतील? याही प्रश्नाचे उत्तर 'माहीत नाही' असेच आहे. एकाच ठिकाणी फार दाटी होऊ नये, असाही विचार यामागे असेल, कुणी सांगावे? किनाऱ्यावर कासवे जास्त झाली की, त्यांच्या येण्याजाण्यात अंडी फुटून वाया जाण्याची शक्यता नाकारून चालणार नाही. संख्या कमी असेल, तर बरीच अंडी शिकारी प्राण्यांच्या तोंडी संपतील, असा पेच रिडले कासवांसमोर असेल.

आहे की नाही निसर्ग अजब? पटली ना खात्री?

प्रिमिटिव्ह स्ट्रीक

गर्भपात. एक शब्द. त्याहीपेक्षा एक प्रक्रिया. त्याहीपेक्षा एक विचार; ज्यावर अजूनही उलटसुलट चर्चा, लेख, व्याख्याने, मते ऐकायला, वाचायला मिळतात. आजही सुवर्णमध्य म्हणता येईल, असा तोडगा आपण काढू शकलेलो नाही. या बाबतीत बहुतेक मते टोकाची आहेत. काहींना हा प्रश्न सामाजिक, राजकीय, शास्त्रीय, भावनिक वाटतो. अगदी प्रथमपासून शास्त्रीय विचाराला बाजूलाच ठेवले गेले आहे. भावनेपुढे बुद्धी कुचकामी ठरते, हा आपला कायमचा अनुभव आहे. त्याचे कारण मेंदूरचनेतच असल्याने त्यावर आपल्याला काही उपायही करता येणार नाही. ही बाब उत्क्रांतीने अजून तरी तिच्याच हाती ठेवली आहे. असे असले; तरी विज्ञानाने त्यात लक्ष घातलेच!

एकूणच जीवन, आयुष्य नेमके कधी सुरू होते; या प्रश्नाचे उत्तर शोधायची खटपट आजही चालू आहे. काहींच्या मते, शुक्राणू व बीजांड यांची मीलनवेळ हीच जीवन सुरू होण्याची वेळ असते. बीजांड फलित जरी झाले, तरी पहिले दोन महिने त्या वाढणाऱ्या पेशींच्या गोळ्याला गर्भ म्हणता येत नाही. त्याचा श्वास सुरू झालेला नसतो, त्यामुळे त्याला 'गर्भ' म्हणता येणार नाही, असे काहींना वाटते. ज्या क्षणी जीव जन्म घेतो, त्याला त्याचे स्वतंत्र अस्तित्व निर्माण होते, तो आयुष्य सुरू होण्याचा क्षण असे अनेक मानतात. या सर्वांत एकवाक्यता नसली, तरी सत्यता आहे; वास्तवता आहे. यांतले कोणतेच मत पूर्णांशाने खोडून काढता येत नाही. भ्रूण-अभ्यासकांना गर्भपातापेक्षा जीवन सुरू होण्याचा नेमका क्षण शोधणे महत्त्वाचे वाटते. नवे संशोधन व अभ्यास यांतून असे लक्षात आले आहे की, एक गर्भ म्हणून वाढायला लागण्याचा क्षण बीजांड फलित झाल्यानंतर १३ ते १५ दिवसांनी येतो. तोपर्यंत गर्भाशयात वाढत असतो, तो फक्त पेशींचा संच. फलित झाल्यानंतर काही काळाने पेशी भौमितिक श्रेणीने वाढत जातात. चौदा-पंधरा दिवसांत पेशींची संख्या प्रचंड वाढते. आता तो निर्णायक क्षण येतो. शरीराच्या

एकूण आराखड्याची मांडणी आता ठरण्याची वेळ येते. त्या वेळी पेशींच्या गोळ्यावर दोन भाग करणारी बारीकशी एक रेषा उमटते. अगदी सहज व अलगदपणे! या रेषेला 'प्रिमिटिव्ह स्ट्रीक' (Primitive Streak) म्हणतात. हिला आपण 'सीमारेषा' म्हणू शकू. ही रेषा उमटली, की शरीराची डावी-उजवी बाजू ठरते. मज्जासंस्था सुरू होण्याआधी डोक्याची-पायाची बाजू ठरते. मग हळूहळू एकेक रचना व्हायला सुरुवात होते. या सर्व प्रक्रियेला 'गॅस्ट्र्युलेशन' (Gastrulation) असे म्हणतात. पेशींचा गोळा व तीन थरांनी वाढणारा गर्भ यांतली सीमारेषा म्हणजेच ही प्रिमिटिव्ह स्ट्रीक होय. हा आपल्या जीवनातला सर्वांत महत्त्वपूर्ण क्षण असतो. ज्या क्षणी 'आपण' म्हणजे जे कोणी तयार होणार असतो, याची सुरुवात होते.

या प्रिमिटिव्ह स्ट्रीकमुळे माणसाच्या भ्रूणावर कोणत्या काळापर्यंत प्रयोग केले तर चालतील, ते ठरवता येईल, असे एकूण संशोधक गटाचे मत आहे. १९९० मध्ये इंग्लंडमध्ये एक कायदा संमत झाला. त्यानुसार प्रिमिटिव्ह स्ट्रीक उमटली, की तो गोळा प्रयोगासाठी वापरणे वा साठवणे, याला बंदी करण्यात आली आहे. इतर अनेक देशांनी ही १४ दिवसांची सीमारेषा ग्राह्य धरली आहे. बऱ्याच देशांत अशा प्रयोगांना मुळातच बंदी आहे. १४ दिवसांचा काळ हा एक अंदाज आहे. प्रिमिटिव्ह स्ट्रीक उमटल्यावर जीवन आकार घेऊ लागते, हे म्हणणे किती बरोबर आहे, असा आक्षेप काहींनी घेतला आहे. स्टेमसेल संशोधन या दिवसांत करायला हरकत नाही, असा एकूण सूर आहे. काहींच्या मते, १४ दिवसांचा काळ पुरेसा नाही, तो वाढवून २० दिवसांचा करावा. ज्या काळात अवयव नाहीत, कोणतीही संवेदना नाही, त्या काळी पेशींच्या गोळ्याला गर्भाचा दर्जा देणेच चुकीचे आहे. मेंदू व मज्जासंस्था बनते, तेव्हा तो गोळा माणसाचा 'गर्भ' होतो, तोपर्यंत नाही; असे काहींना वाटते. हे वाद-विवाद, मतभिन्नता चालूच राहणार. सध्यातरी प्रिमिटिव्ह स्ट्रीक ही सीमारेषा निर्णायक मानली आहे. हे वैज्ञानिक वास्तव आहे, भावनिक नाही.

फल्गुराईट

पावसाळ्याच्या दिवसात ढगांचा गडगडाट आणि विजांचा कडकडाट नाही, असे बहुधा होत नाही. ऊन व पाऊस यांच्या संगनमताने इंद्रधनू दिसते, क्वचित दोन इंद्रधनुही दिसतात. ढगांचा गडगडाट धडकी भरवणारा असतो, तर विजांचा कडकडाट डोळे दिपवणारा! कधी कधी वारा इतका वेड्यासारखा वाहतो, की झाडे उन्मळून पडतील की काय किंवा छपरे उडून जातील, असे वाटून भीती वाटते. प्रकाशाचा वेग प्रचंड असल्याने वीज चमकते ते अगोदर दिसते व थोड्या वेळाने ढगांची आदळआपट कानी येते. गडगडाटाच्या ध्वनिलहरी अस्ताव्यस्त पसरलेल्या ढगांवरून अनेकदा परावर्तित होतात व आवाजाची दिशा उमगतच नाही.

ज्यावर वीज पडली आहे, असे झाड कधी तुम्ही पाहिले आहे? जळल्याने कोळशागत काळे पडलेले असते बिच्चारे! क्षणात जळल्याने त्याला कळलेलेही नसते, की नक्की काय झाले. मोठमोठ्या इमारतींवर वीजवाहक जाड तारा बसवलेल्या असतात. इमारतीच्या उंच भागी एक त्रिशूळापासून वाहकतार थेट खाली आणलेली असते व जमिनीत घुसवलेली असते. विजेला हा बिनविरोध मार्ग गवसला, की ती आजूबाजूला कुठे पडायच्या आधी, या वाहकतारेतून वाहून निमूटपणे पृथ्वीला शरण जाते. अशाने आजूबाजूच्या इमारती, घरे, झाडे वाचतात. विजा कडाडत असताना झाडाखाली, छपराशेजारी उभे राहू नये म्हणतात, ते त्यांच्यावर वीज पडण्याची शक्यता जास्त असते म्हणूनच. हीच वीज कधी कधी सपाट जमिनीतसुद्धा जोराने घुसते. तेव्हा काय होते, ते तुम्हाला माहीत आहे? माहीत नसण्याचाच संभव जास्त आहे. ही सपाट जागा वाळू असलेली असेल; एखादा समुद्रकिनारा असेल, एकाद्या पठारावरचाही भाग असेल, तर काय होते, ते मात्र आपल्याला माहीत झाले आहे. वाटेत येणाऱ्या प्रत्येक पदार्थात क्षणभर प्रचंडपणे तापवत वीज घुसत जाते. वीज पुढे गेली, की मागचा भाग त्वरेने थंडही होत जातो. यातून काचेरी नळ्यांची नाजूक नक्षीदार रचना जमिनीत तयार होते. याला 'फल्गुराईट' (Fulgurite) असे म्हणतात.

'फल्गुराईट' या शब्दातला मूळ शब्द फल्गुर (Fulgur). हा शब्द लॅटिन असून त्याचा अर्थ 'वीज कडाडणे' असा आहे. विजेचा लोळ घुसत आत जमिनीत जाताना वाटेत जे येईल त्याला अर्धवट किंवा पूर्णपणे वितळवत जातो. लोळ पुढे जात राहतो. मागचे वितळलेले थिजत जाते. यातूनच फल्गुराईट तयार होतात. झाडाची मुळे जशी नक्षीदार दिसतात, तशी ही नळ्यानळ्यांची नक्षी दिसते. फल्गुराईटच्या नळ्याही काही मीटर खोल जातात. असे फल्गुराईट तयार होण्यासाठी किती ऊर्जा लागते, त्याचा अंदाज अजून आपल्याला आलेला नाही. या वेळी निर्माण होणारे तापमान चक्क ४००० अंश सेल्सियस इतके असते.

फल्गुराईट्स हे खूपच दुर्मीळ असतात. पठारावर चार ठिकाणी विजा पडल्या असतील, तर प्रत्येक ठिकाणी फल्गुराईटच्या काचेच्या नळ्या तयार होतीलच असे नाही. वीज जेथे पडते, तेथे सिलिका (Silica) म्हणजे वाळूचे प्रमाण जास्त हवे. चीनमधले गोबी, आफ्रिकेतले सहारा, भारतातले कच्छचे रण किंवा इतर अनेक छोटी-मोठी वाळवंटे त्यांच्या परिसरसीमा सतत बदलत असतात. अशा सीमारेषेवर वीज कोसळली, तर मात्र फल्गुराईट तयार होतात. त्यांना जमिनीतून अलगद काढणे ही एक कला आहे. त्यामुळे त्यांचे चांगले नमुने खूपच महाग असतात.

फल्गुराईट्स हे त्याच्या अनोखेपणामुळे मूल्यवान ठरतात. यापेक्षा त्यांचे इतर काही गुणधर्म अमोल ठरले आहेत. बाहेर काढले गेले नाहीत, तर ते जमिनीत हजारो वर्षे राहू शकतात. त्या नळ्या तयार होताना त्यांच्यावर ठिकठिकाणी हवेचे बुडबुडे तयार होतात. ही हवा 'त्या' वेळची असते. या हवेच्या परीक्षणातून त्या वेळच्या वातावरणाची माहिती मिळते. लिबियामधील वाळवंटात मिळालेल्या फल्गुराईटचे परीक्षण नुकतेच करण्यात आले. हे फल्गुराईट १५००० वर्षांपूर्वीचे होते. बुडबुड्यात बद्ध होऊन राहिलेली हवाही १५००० वर्षांपूर्वीची होती. त्यातील कार्बनमोनॉक्साईड, कार्बनडायॉक्साईड, नायट्रोजनडायॉक्साईडच्या पातळ्या मोजल्या आणि धक्काच बसला! आजचे लिबियातील वातावरण, त्यातील घटकांचे प्रमाण लिबियाच्या १५००० वर्षांपूर्वी असलेल्या वातावरणासारखेच आहे.

ग्रीनलँड देशात एका पर्वतमाथ्यावर असाच फल्गुराईट नुकताच हाती आला. तेथील दगडाचे पृष्ठभाग काचसदृश पदार्थांत रूपांतरित झाले आहेत. ही काच पारदर्शक तर आहेच; पण तीत निळा, लाल आणि पिवळा हे तिन्ही रंग विलक्षण मोहकपणे एकमेकांत मिसळून एक रंगचित्र तयार झाले आहे. या दगडात लोहाचे प्रमाण खूपच आहे, असा त्याचा अर्थ निघतो. त्यावर संशोधन चालू आहे.

अंटार्क्टिक स्टेअर

असे तुमच्या बाबतीत कधी घडले आहे?

तुम्ही चार-पाच मित्रमैत्रिणी गप्पा-टप्पा करत हॉटेलमध्ये टेबलवर बसलेले आहात. कोणीतरी काही तरी गोष्ट, किस्सा, प्रसंग सांगत असतो. कोणीतरी तुमच्या खांद्यावर हात ठेवतो. तुम्ही एकदम दचकता. झोपेतून जागे झाल्यासारखे तुम्हाला वाटते. मित्र विचारतो, "कुठे पाहत होतास?" या प्रश्नाला तुम्ही उत्तर देत नाही, देऊ शकत नाही. खरेच तुम्ही तसे कुठे पाहत नसता. तुमचे पाहणे हे 'शून्यात पाहणे' असते. त्या वेळी तुम्ही मनाने तिथे नसता! शरीरानेच काय ते असता. त्या वेळी तुम्ही तुमचे, एकट्याचे व एकटे असता. गंमत अशी; की त्याची तशी जाणीव तुम्हाला नसते; तुम्ही चक्क हरवलेले असता, तुम्ही कोणताच विचार करत नसता, स्वप्नही बघत नसता. सोप्या शब्दांत सांगायचे, तर तुम्ही काहीही करत नसता. तुमची नजर शून्यात असते. शून्य म्हणजे काही नाही, हे तुम्हाला माहीत आहेच. अशी स्थिती कधीही, कुठेही येऊ शकते. त्या वेळी तुमची नजर दूर कुठेतरी असते. कोणत्या बैठक वा सभेत असाल, तर ती नजर खोलीच्या भिंतींच्या पल्याड कुठेतरी असते. कधी कधी तुम्ही घरी असताना वाचताना, लिहिताना, जेवताना कधीही अशा स्थितीत तुम्ही जाऊ शकता. तुम्ही या स्थितीत सहजपणे जाता, न ठरवता.

घाबरून जाऊ नका. होते असे कधी कधी. वारंवार झाले, तरीही हरकत नाही. हे पूर्णपणे नैसर्गिक आहे. ही मनाची एक प्रवृत्ती आहे. ते होणे, न होणे आपल्या हाती नाही. मात्र ध्रुव प्रदेशी राहणाऱ्यांना ही स्थिती बऱ्याचदा येते. त्यामुळे त्याला 'अंटार्क्टिक स्टेअर' (Antarctic Stare) असे म्हणतात. 'दहा फूट लांबीच्या खोलीतून पंधरा फुटांवर पाहणे' असेही या स्थितीचे समर्पक वर्णन कुणीसे केले आहे. ध्रुवप्रदेशी रात्र वा दिवस सहा महिन्यांचे असतात, हे तुम्ही जाणताच. त्याचे भौगोलिक कारणही तुम्हाला माहीत असेलच! शिवाय

ध्रुवप्रदेशी गारवाही खूप असतो.

'शून्यातली नजर' ही स्थिती वाईट नाही. अशा स्थितीत एरवी एक-दोन मिनिटेच जाणे होते. बऱ्याचदा याहून जास्त म्हणजे पाच-दहा मिनिटेही जाऊ शकतात. अशी स्थिती जास्तीतजास्त तासभर येऊ शकते, पण हे अतिदुर्मीळ आहे. उष्ण कटिबंधात राहणाऱ्यांपेक्षा ध्रुवीय प्रदेशातील लोकांना ही स्थिती वारंवार येते. सतत गारवा व सतत रात्र अथवा दिवस, म्हणजेच सतत अंधार वा उजेड या दोन गोष्टींमुळेही अंटार्क्टिका स्टेअर येऊ शकते. यामुळे आपले व प्राण्यांचे जैविक घड्याळ बदलते, बिघडते. त्यामुळे शरीरातील नॉरॅड्रिलिन (Noradreline) व डोपामाईन (Dopamine) या संप्रेरकांच्या (Hormones) आणि मज्जापेशी प्रक्षेपक (Nurotransmitter) यांच्या पातळ्या बदलतात. ही दोन्ही द्रव्ये आपल्या भावस्थिती व ताणतणावावस्थिती नियंत्रित करत असतात. असे झाले; की प्रथम झोपेचे तंत्र बिघडते, दमणूक वाटू लागते. झोप अपुरी किंवा न झाल्याने खिन्नता राग, चिडचिड, आकलनशक्तीचा ऱ्हास ही लक्षणे दिसतात.

गारवा असल्याने शरीर तापमान राखण्यासाठी झटत असतेच. थायरॉईड ग्रंथीतून स्त्रवणारे ट्रायआयोडोथायरोनाईन (Triiodothyronine) किंवा ज्याला T_3 या संक्षिप्त नावाने वैद्यकीय जगत ओळखते; ते द्रव्य खरे म्हणजे मेंदूत जाते व एखाद्या न्यूरोट्रान्समीटरचे काम करू लागते. जैविक घड्याळ बिघडले, की हे द्रव्य मेंदूत जाण्याऐवजी शरीरातील स्नायूंकडे जाऊ लागते. त्याचे मेंदूतले प्रमाण कमी झाल्याने मेंदू योग्य ते काम करू शकत नाही. यातूनच मग स्मृतिभ्रंश, विसराळूपणा, अनुत्साह ही लक्षणे दिसू लागतात.

अवकाशयात्रींनादेखील अशा स्थितीस तोंड द्यावे लागते. त्यांचेही प्रथम जैविक घड्याळ बिघडते. लॅरी कॅलिंकास यांनी नासा या संस्थेसाठी या अंटार्क्टिक स्टेअरवर खूप संशोधन केले आहे. ही स्थिती टाळण्यासाठी नियमित खाणे, व्यायाम, काम, मनोरंजन व आराम याचे काहीतरी वेळापत्रक पाळणे गरजेचे आहे; असे त्यांचे मत आहे. प्रत्येकाने मानसिक रीतीने गुंतलेले असणे, हे सर्वांत उत्तम आहे. अतिगारव्याने थायरॉईडचे कार्य मंदावते, अशांना औषधे उपलब्ध आहेत. काहींच्या मते अशा वेळी व्यक्तींनी आपले खासगी आयुष्य, कथा, घटना दुसऱ्याला फार खोलात जाऊन सांगू नयेत. इतर ठिकाणी आपल्या अवतीभवती बरेच लोक असतात. ध्रुवप्रदेशी किंवा अवकाशयात्री यांच्याभोवती तुलनेने माणसे नसतातच. त्यांना खासगी आयुष्यच उरत नाही. एकमेकांशीच ते सारखे बोलणार. अन्यथा ते दुसरे काय करणार?

अर्थात ध्रुवप्रदेशी राहणे धोक्याचे आहे, असा तुमचा समज होईल, पण तो चुकीचा आहे. अशा ठिकाणी राहणे हे एक आव्हान असते. वरवर असे

वाटते, की बर्फ व गारवा यांशिवाय काय आहे तेथे? सगळेच एकसुरी! परंतु बदल हा निसर्गाचा आत्मा आहे. घराबाहेर पडून निसर्ग न्याहाळणे हेही रंजक असते. केवळ बर्फ हा एकसुरी नसतो, हे कळते. कोणताही बरावाईट अनुभव आपल्याला खूप काही शिकवतोच! असेही आपली नजर इथेसुद्धा कितीही वेळ शून्यात जाऊ शकतेच! बघा प्रयत्न करून. अशी स्थिती ठरवून सहसा आणता येत नाही.

उष्णपुष्पे

घराभोवती बाग असेल आणि त्यात फुले, झाडे असतील; तर फुलांचे सौंदर्य व सुगंध यांमुळे आपण वेडे झालेलो असतोच. वास्तवात आपल्याला सौंदर्य व सुगंध या गोष्टी आवडतात, म्हणून तर आपण फुलझाडे लावतो. ज्यांना बागेची सोय नाही, त्यांच्याकडे खऱ्या फुलांच्या फुलदाण्या दररोज जरी नाही, तरी काही दिवस तरी लावल्या जातात. फुले तोडणे हाही एक आनंदाचा आणि शिकायचा अनुभव असतो. सौंदर्य, सुगंध, स्पर्श, सहवास सुखदच असतो. आपण इतक्या वेळा विविध प्रकारची फुले हाताळतो; पण फुले गार लागतात की गरम, यांकडे आपण लक्ष देत नाही. तुम्ही देता? आतापर्यंत दिले आहे? काही वेगळेपणा जाणवतो? तुम्ही फुलाच्या तापमानाकडे बहुधा लक्ष दिले नसावे, असा माझा तर्क आहे. अर्थात आपल्याकडे जी फुले येतात, दिसतात; त्यात त्यांचे कोणाचेच तापमान वातावरणाच्या तापमानापेक्षा फार कमी वा जास्त नसतेच. पारिजातक, मोगरा ही फुले सकाळी तोडली, तर जरा गार लागतात. एकूणात, कोणतेही फूल स्पर्शाला गरम लागले, असे आढळत नाही.

एका थंड प्रदेशी एक फूल येते. त्याचे वैशिष्ट्य म्हणजे, ते आपण होऊन उष्णता निर्माण करते. त्या उष्णतेने त्याचा गंध दूरवर जातो. त्याला मेलेल्या घोड्यासारखा वास येतो. त्यावरून त्याचे नाव 'डेड हॉर्स ऑरम' (Dead Horse Arum) असे ठेवले आहे. अशांना 'थर्मोजेनिक' (Thermogenic) फुले म्हणतात. आपण त्यांना मराठीत 'उष्णपुष्पे' म्हणू शकतो. आपले शरीर जसे तापमान नियंत्रित करते, त्याप्रमाणे ही उष्णपुष्पेदेखील करतात. ब्राझीलमधल्या पर्जन्यवनात (Rain Forest) एक जाती आहे. त्याचे नाव फिलोडेंड्रॉन बिपिनाटीफिडम (Philodendron Bipinatifidum) आहे. याची फुले स्पर्शाला गरम लागतात. या फुलांचे तापमान त्यांच्या आकारावर अवलंबून असते. डेड हॉर्स ऑरमच्या फुलांत उष्णता निर्माण करणारी ऊती (Tissue) केवळ एक ते दीड ग्रॅम वजनाची आहे. बिपिनाटीफिडममधली

ही ऊती १२५ ग्रॅमची आहे. बाहेरचे तापमान शून्य अंश सेल्सियस असले; तरी या फुलांचे तापमान ४०° सेल्सियस असते. एक स्कंक कॅबेज (Skunk Cabbage) म्हणून एक फूल आहे. बाहेरचे तापमान –१०° ते २७° सेल्सियस या सीमांत कितीही बदलले, तरी त्या फुलाचे तापमान २३° ते २६° सेल्सियसच राहते.

उष्णपुष्पामागे काय कारण असावे? स्कंक कॅबेजची फुले बाहेरील गारवा सहन व्हावा, म्हणून उष्ण बनतात. तरीही उष्णपुष्पे टवटवीत दिसतात, याचे आपल्याला आश्चर्य वाटते आहे. तोच निसर्गाने आणखी आश्चर्याचा धक्का द्यायचे ठरवले आहे. ही उष्णपुष्पे उष्ण कटिबंधात येतात. आता याचे कारण शोधायचे, म्हणजे अभ्यास करणे आलेच! उष्ण कटिबंधातली ही उष्णपुष्पे परागीभवनासाठी उष्णता निर्माण करतात, असे आढळले. रॉजर सेमूर या ऑस्ट्रेलियातील अभ्यासकाने हे मत अभ्यासातून दिले आहे.

उष्णपुष्पातल्या परागीभवनास योग्य होईल, असेच तापमान ही फुले ठेवतात. कीटकांद्वारेच हे परागीभवन चालते. सेमूर यांना ऑमेझॉन लिली (Amazon Lily) नावाचे फूल सापडले. ज्या भागात फलधारणा होते, त्या भागाचेच तापमान बाहेरच्या तापमानापेक्षा ५° जास्त ठेवून ते नियंत्रित करण्याची क्षमता त्या फुलात आहे. फुलाफुलांवरून हिंडताना अनेक कीटक आपल्या समानधर्मींना भेटतात. त्यात त्यांची ओळख होऊन जोडी जमते. परागीभवन करता करता कीटकवंशही वृद्धिंगत होईल, हे आपोआप घडवणारा निसर्ग किती सरळ साधा असतो बरे!

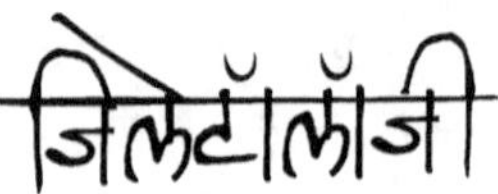

एक वेडा : (दुसऱ्या वेड्यास) मी बॅटरीचा झोत आकाशात टाकतो. त्याला धरून
तू स्वर्गात जा.

दुसरा : छे! मी काय वेडा आहे? मी निम्म्या वाटेवर गेलो, की झोत बंद
करून तू मला पाडशील, हे काय मला माहीत नाही?

हसलात? नाही? ठीक आहे. अजून एकदा प्रयत्न करा.

शिक्षक : (वर्गाला) आपण काल भूतकाळ शिकलो. त्याचे एखादे उदाहरण
सांग बघू. तू रे ऽ

मुलगा : काल मी शाळेत आलो नव्हतो.

शिक्षक : शाब्बास! बस खाली.

खरे म्हणाल, तर विनोद आणि हसणे अशी काही जोडी नाही. विनोदावाचून
आपण बऱ्याचदा हसतो. तरीही विनोद वाचून आपण बऱ्याचदा हसतो. कित्येकदा
विनोद वाचून, ऐकूनही आपण हसत नाही. तरीही विनोद हसू आणणारा असेल,
तर हसू येतेच यात शंका नाही. मग तसे म्हटले, तर गुदगुल्या केल्या तरी हसू येते.
अशा उलटसुलट निरीक्षणामुळे 'हसणे' ही गोष्ट हसण्यावारी न्यायची गोष्ट नाही.
हसणे ही एक गंभीर गोष्ट आहे आणि त्यामुळे तिचा सखोल अभ्यास करायला हवा.
हसण्याच्या अभ्यासाला 'जिलेटोलॉजी' (Gelatology) म्हणतात. आपण का हसतो?
प्राणी हसतात का? हसणे कधी आणि का उत्क्रांत झाले? मेंदूचा कोणता भाग हसणे
नियंत्रित करतो? या व अशा काही प्रश्नांचा पाठपुरावा, हे जिलेटोलॉजिस्ट घेतात.

हसण्यावर सर्वांत विस्तृत, सखोल व गंभीर संशोधन झाले ते सन २००५
मध्ये. ज्या काळी आपण नरवानरांपासून वेगळे झालो, त्या काळापर्यंत उत्क्रांतीच्या
दृष्टीने आपल्या हास्याचा उगम शोधण्याचा प्रयत्न या संशोधनातून करण्यात आला.

त्यातून २ ते ४ दशलक्ष वर्षांपूर्वी हास्याचा उगम झाला असावा, असा निष्कर्ष निघाला. त्या काळचा माणूस गालातल्या गालात हसायचा. त्याला हा हा, ही ही, हु हू अशा प्रकारे हसण्याची सवय नव्हती, माहिती नव्हती. गडगडाटी हसणे, खिदळणे इत्यादी शब्दपण माहीत नव्हते. त्यामुळे सातमजली हसणे याची काय कल्पना असणार? अक्षरोच्चार करायला ते मनुष्यप्राणी अजून शिकलेले नव्हते. स्पर्श केला असता किंवा गुदगुल्या केला, तर त्या वेळची नरवानरे श्वास रोखल्यासारखी हसायची. ते हास्य मोकळे नसायचे. आजही एप्स (Ape) माकडे अशीच हसतात.

माणूस उत्क्रांत होताना हसण्याला वेगवेगळे अर्थ येऊ लागले. असे म्हणतात, की दीड दशलक्ष वर्षांपूर्वी माणूस चेहऱ्याचे हावभाव नियंत्रित करायला शिकला. त्यामुळे त्याला उत्स्फूर्त हसताही येऊ लागले आणि हसण्यावर नियंत्रणही करता येऊ लागले. जसजशी माणसाची कौशल्ये वाढली, प्रगती झाली; तेव्हा कधीतरी विनोदाची हसण्याशी जोडी जुळली. त्यातून आज एक प्रश्न येतो, विनोद वजा केला, तर मग हसण्याचे सकारण स्पष्टीकरण कसे देणार?

हसण्याला काही सामाजिक अर्थही चिकटले. एका हास्यातून पाच-दहा व्यक्तींना आपल्याला बरेच काही सांगता येते. आपले हसणे हा विनोदाला प्रतिसाद असतो. नेहमीचे बोलताना आपण जास्त हसतो, असे आढळले आहे. हसवणारी व्यक्ती चारचौघांत लक्षवेधक ठरते. तिचे इतरांवर नियंत्रण येऊ शकते. वरचढ असलेली व्यक्ती दुसऱ्यांना हसते. पुरुषांच्या तुलनेत स्त्रिया जास्त हसतात.

हसणे संसर्गजन्य समजले जाते. अशा वेळी मेंदूतील विशिष्ट जाळे कार्यशील होते. हसणे ऐकले, की खिन्नता दूर होते. ताणतणाव कमी होतो. वातावरण काळजी करण्याचे नाही, असा संदेश त्यातून मिळतो. हसण्याच्या संसर्गजन्यतेवर मात्र विश्वास ठेवावाच लागेल तुम्हाला.

सत्य घटना : सन १९६२ मध्ये टांझानिया शहरी काही शाळकरी मुली रस्त्यावरून चालता चालता हसू लागल्या. ते हास्य पसरत गेले, वाढत गेले; इतके की पुढे महिनाभर शहरातला तो छोटासा हिस्सा हसत राहिला होता.

एका व्यक्तीची आई मरण पावली. तिची शवपेटी खड्ड्यात उतरवत असताना त्याला हसू फुटले. कशानेच ते थांबेना. तो पुढे तीन दिवस हसत होता. शेवटी उपचारासाठी त्याला दवाखान्यात ठेवावे लागले.

नुकतेच असे आढळून आले, की उंदरांच्या पोटाला हलक्या हाताने गुदगुल्या केल्या, तर तेही हसतात. यावर मात्र आश्चर्य व्यक्त करावे की हसावे, हे तुम्हाला कळणार नाही. जिलेटोलॉजी अशा गंभीर बाबींचाही अभ्यास करते.

डॉक्टर फिश

साधारण पावसाळी हवेत दमेकऱ्यांचे दुखणे वाढते. दरवर्षी याच दिवसांत हैद्राबादमधील एका तळ्यातील विशिष्ट मासा गिळण्यासाठी हजारो दमेकरी तिथे जाऊन येतात. माणसांच्या व्याधीवर प्राण्यांचा उपाय, अशी एक गंमतशीर जोडी निसर्गाने बनवली आहे. हा छोटा मासा गिळला, की दमा सात-आठ महिने तरी जातो, असे अनुभवी म्हणतात. काहींना तो मासा गिळणे उपयोगी उपाय ठरतो, काहींना नाही. ज्याचा दमा दूर होतो, अशांसाठी हा मासा म्हणजे डॉक्टर फिशच!

कांगल येथे एका तळ्यात एक विशेष प्रकारचे मासे आहेत. एरवी ते तळ्याच्या तळाशी असलेल्या शैवालावर जगतात. मात्र जर तळ्यात कोणी आपला हात, पाय बुडवला किंवा कोणी थेट पोहायलाच उतरला; तर मात्र हे मासे शैवाल सोडून या मंडळींच्या त्वचेशी झटापट करतात. बऱ्याच जणांना त्वचेच्या काही व्याधी असतात. त्यात त्वचेच्या वरच्या पृष्ठभागाचे छोटे-छोटे छिलके सोलल्याप्रमाणे निघत असतात. हे मासे त्यावर गुजराण करतात, कारण त्यांना ते आवडते. हे मासे साधारणत: चार ते पाच इंच लांब असतात. तळ्याचे पाणी उबदार असते. त्वचेचे पापुद्रे सुटतात, तेच नेमके वरच्यावर खुडून हे मासे, फस्त करतात. जपान व चीन यांमध्ये हा उपाय खूपच लोकप्रिय होऊ लागला आहे. या माशांनाच 'डॉक्टर फिश' (Doctor Fish) म्हणतात. याबरोबरीने अतिनील प्रारणाचा उपाय केला, तर 'सोरियासिस' (Psoriasis) या त्वचारोगावर खात्रीशीर उपाय होतो. या रोगात त्वचेवर तांबडे चट्टे पडतात व नंतर पापुद्रे सुटू लागतात. यामागचे कारण अजून आपल्याला कळलेले नाही. त्यावर या डॉक्टर फिश किंवा अतिनील प्रारण (Ultraviolet Radiation) शिवाय दुसरा उपाय आपल्याकडे नाही.

गारा रूफा (Garra Rufa) जातीचा हा डॉक्टर फिश मिनॉ (Minnow) व कार्प (Carp) कुलातला आहे. कांगलमधील उष्ण पाण्याच्या तलावात हे मासे सर्रास असतात. पाण्याचे तापमान ३५° सेल्सियसच्या खाली असेल, तर यांचे अन्न

शैवाल असते. जेव्हा तापमान जास्त होते, तेव्हा माणसे उपायार्थ तलावात पोहायला उतरतात आणि मेलेल्या त्वचेचे पातळ पापुद्रे त्यांचे अन्न होते. या उपचारपद्धतीला 'इश्थायो थेरपी' (Ichthyo Therapy) म्हणतात. यातला मूळ शब्द ग्रीक भाषेतला (Ikhthus) असून त्याचा अर्थ 'मासा' आहे. याबरोबर अतिनील प्रारणाचा उपाय परिणामकारक ठरतो, हे अलीकडे म्हणजे २००६ मध्ये लक्षात आले. सोरियासिस झालेली मंडळी थोडा वेळ उन्हातान्हात काम करत राहिली, तर त्यांना बरे वाटते. या निरीक्षणावरून अतिनील प्रारणाच्या उपयुक्ततेचा पत्ता लागला.

माणसाच्या त्वचारोगावर प्राण्याचा उपचार, या प्रकारच्या उपचाराला आता बायोथेरपी (Bio Therapy) असे म्हणतात. निर्जंतुक केलेल्या एक प्रकारच्या अळ्या जखमेच्या ठिकाणी असलेली मृत त्वचा खाऊन टाकतात, त्यामुळे जखम लवकर बरी होते. रक्तदोष निर्माण झाला अथवा गळू झाले असेल, तर जळवा (Leech) लावतात, हे तुम्हास माहीत असेलच! याला 'हिरुडो थेरपी' (Hirudo Therapy) म्हणतात. एक प्रकारचे परोपजीवी किडे क्रोन व्याधीवर (Crohn's Disease) वापरले जातात. याला 'हेलमिंथो थेरपी' (Helmintho Therapy) असा शब्द वापरला जातो.

एखाद्या निरोगी व्यक्तीच्या विष्ठेतून विशिष्ट जिवाणू काढून ज्यांना मोठ्या आतड्याच्या व्याधी आहेत, अशांच्या मोठ्या आतड्यात घालण्यात येतात. त्यामुळे त्याची व्याधी बरी होते. या निसर्गकिमयेवर तुमचे काय म्हणणे आहे?

रॅफ्लेशिया

निसर्ग नावाच्या गारुड्याच्या पोतडीत कोणती आणि किती रत्ने असतील, त्याचा अंदाज करणे सर्वथा अशक्यप्राय गोष्ट आहे. आता हेच पाहा ना; रॅफ्लेशिया (Raflesia) ही वस्तू म्हणजे निसर्गाच्या पोतडीतली एक विक्षिप्त वस्तू म्हणता येईल. रक्तरंगात न्हायलेले हे परजीवी फूल. हे फूल जगातले सर्वांत मोठे फूल असून, त्याला मेलेल्या प्राण्याचा वास येतो. ज्या कोण्या वनस्पतीस हे फूल येते; तिला मुळे नसतात, पाने नसतात, खोडही नसते. बांडगुळासारखे दुसऱ्या झाडावर वाढते. मग तुम्ही म्हणाल, की हे मोठे फूल येते कुठे आणि कसे? उत्तर नाही. म्हणून तर हे रॅफ्लेशिया 'विक्षिप्त' वर्गांत मोडते.

याला पाने नसल्याने प्रकाशसंश्लेषण (Photosynthesis) होतच नाही. परजीवी असल्याने ज्यावर येते, त्या झाडाच्या जीवनरसावर हे वाढते, जगते. या फुलाच्या आयुष्यातला बराच काळ किरकोळ धागे व त्याचे जाळे याच अवस्थेत जातो. साधारण पाच वर्षांचे वय झाले, की त्याला कोबीसदृश गड्डा दिसू लागतो; त्यातूनच हे विशाल व विचित्र वासाचे फूल फुटते, उमलते. त्याचा व्यास एक मीटर असतो. त्याच्या पाच पाकळ्या चांगल्या जाडजूड, मऊसर, दाबल्या जातील अशा असतात. याला मेलेल्या प्राण्याचा वास येतो. तो वास आवडणारे कीटक त्या फुलावर घोंघावतात व परागीभवन घडवतात. त्याबरोबर स्वत:च्या जातीचीही संख्या वाढवतात.

अलीकडेपर्यंत रॅफ्लेशियाच्या उत्क्रांती-उगमाबद्दल काही कोडी संशोधकांसमोर होती. त्याची उकल नुकतीच झाली. पूर्वी, म्हणजे ४६ दशलक्ष वर्षांपूर्वी हे फूल इतर अनेक फुलांसारखेच लहान असायचे. त्यात इतक्या काळात ८० पट वाढ होऊन आजच्या जगातल्या सर्वांत मोठ्या फुलाचा दर्जा त्याला मिळाला आहे. हे त्याच्या जीनोम (Genome) अभ्यासातून कळले. युफोर्बियासी (Euphorbiaceae) नावाच्या छोटी फुले असलेल्या जातीपासून 'रॅफ्लेशिया' उत्क्रांत झाले आहे.

सन १८१८ मध्ये स्टॅमफोर्ड रॅफल्स नावाच्या निसर्गप्रेमीने त्याचा शोध लावला. त्याच्या नावावरूनच फुलाला 'रॅफ्लेशिया' नाव मिळाले. आग्नेय आशियात असलेल्या अरण्यातून हे विशाल फूल बघायला मिळते. ही परजीवी वनस्पती झाडाची निवड चोखंदळपणे करते. प्रत्येक मोठ्या झाडावर ते असेल असे नाही. हे फूल पाच दिवस उमललेले राहते. त्यानंतर मरून जाते. पुढील वर्षी उमलेपर्यंत झाडाच्या जीवनरसावर तगते. जंगलतोड व बदलते हवामान यांमुळे याच्या काही जाती नामशेष होण्याच्या मार्गावर आहेत.

याला वाचवायचे किंवा याला अन्य ठिकाणी वाढवायचे प्रयत्न आजपर्यंत तरी असफल झाले आहेत. रॅफ्लेशिया नवीन ठिकाणी रुजण्यासाठी दहा वर्षांचा काळ घेते. त्याआधी ते मरूही शकते. ते मरेपर्यंत मात्र आपल्याला कळायला काही मार्ग नसतो. त्यामुळे रॅफ्लेशिया जिथे ज्या झाडावर आहे, तेथेच ते कसे नीट जगेल, ते पाहिले पाहिजे.

मलेशियन सरकारने त्याची काळजी घेण्याचे ठरवले आहे. मलेशियात १९९० मध्येच ही मोहीम सुरू झाली आहे. तेथील जनतेने त्यांचा सांभाळ करावा व रॅफ्लेशियाच्या विक्षिप्तपणाला जपावे, अशी अगदी कळकळीची विनंती सरकारने केली आहे. हे फूल पर्यटकांसाठी खूप आकर्षक ठरू शकेल. ही फुले ज्या झाडावर येतील, तिथपर्यंत पर्यटकांच्या तुकड्या नेऊन त्यांना फूल दाखवावे. सर्वांच्या प्रयत्नाला यश येवो, अशी प्रार्थना आपण करू या. अन्यथा जगातल्या विक्षिप्त व विशाल फुलासाठी आपल्याला अश्रूच गाळावे लागतील.

चिखलमुखी

आजकाल पर्यटन व विमानप्रवास यांची चलती आहे. सगळ्या ठिकाणी प्रसिद्ध स्थळे(च) दाखवत फिरणे हा उद्योग झाला आहे. प्रत्येक वेळी पर्यटक वेगळे असतात, आणि समजाच कोणी दुसऱ्यांदा, तिसऱ्यांदा आले असेल; तरी काही बिघडत नाही. सगळेच उडत उडत पाहण्याची सवय आपल्याला असल्याने आणि एकूण स्मृती थोड्याच काळासाठी असल्याने, काहीच बिघडणार नसते. बिघडत नाहीच. कित्येकदा अनेक नव्या गोष्टी निर्माण झालेल्या असतात, त्यांचा समावेश यादीत होतच नाही. वर्षानुवर्षे तीच स्थळे, तीच माहिती! जे कोणी सहल स्वत: आखतात, त्यांना मात्र खूपदा एखादी अनोखी गोष्ट बघायला मिळते. भोपाळचे भव्य पण भग्न शिवालय बघण्याची संधी अशीच काही वर्षांपूर्वी मिळाली होती. ते स्थान एका रिक्षावाल्याने सांगितले. नेवाडा राज्यात असेच एकदा 'बोडी' (Bodie) नावाचे एक आता मृतप्राय झालेले लाकडी घरांचे गाव पाहायला मिळाले. सन १८४० ते १९१० या काळात येथे चार-पाच हजारांची वस्ती होती. एका अशाच कोणा बोडीला येथे सोन्याची खाण गवसली. तो तिथला प्रमुख झाला. दररोज जसे किलोच्या भाषेत सोने, चांदी मिळायची; तसेच दररोज किमान एक तरी खून व्हायचाच बोडी गावात!

असेच एक बाकू नावाचे ठिकाण अझरबैजान देशात आहे. तेथे गेलेला पर्यटक एक गोष्ट बहुतेक बघत नाही. तेथे अनेक 'मड व्होल्कॅनो' (Mud Volcano) आहेत. ज्वाला ओकणारा जसा ज्वालामुखी, तसा हा चिखल फेकणारा 'चिखलमुखी'. जगात असे हजार चिखलमुखी आहेत. त्यातले निम्मे बाकू येथे आहेत. समुद्रतळीही असे असतीलच, पण त्यांचा शोध अजून आपल्याला लागलेला नाही. ज्वालामुखीभोवती हमखास आढळणारे भीती आणि प्रसिद्धी यांचे वलय चिखलमुखीभोवती नाही. त्याचे असणेही नाट्यपूर्ण नाही. माती व चिखल ओतणारी ही मुखे दोन मीटर उंचीची असतात. अझरबैजानमध्ये काही काही ४०० मीटर उंचीचे आहेत, नाही

असे नाही. गरम पाणी आणि वस्त्रगाळ माती यांचे मिश्रण हे बाहेर टाकतात. कधी कधी चिखल त्या कोनसदृश मुखातून हळूहळू बाहेर येतो, तर कधी कधी एखाद्या कारंजाप्रमाणे उडून अवतीभोवती पडतो. ही राड किंवा चिखल तयार होतो, तो पृथ्वीच्या पृष्ठभागाच्या आत साधारण दहा किलोमीटर खोलीवर.

अझरबैजानमध्ये असलेले चिखलमुखी वर्षातून तीन ते पाच वेळा चिखल फेकतात. सन २००१ मध्ये मात्र एका वर्षात १८ वेळा उद्रेक झाला होता. पुढे तीन वर्षे सर्व काही शांत होते. सन २००४ मध्ये पुन्हा नव्याने चिखलपेक सुरू झाली. हे कसे होते, हे कळलेले नाही. चिखलफेक आणि भूकंप यांचे काही नाते असावे, असे निरीक्षणातून आढळले आहे. भूकंप झाल्यानंतर हे चिखलमुखी जागृत होतात, हे जरी खरे असले; तरी भूकंपाअगोदर चिखलमुखीतून बाहेर पडणाऱ्या वायूचे प्रमाण बदलते. विशेषत: हेलियम व कार्बनडायॉक्साईड यांचे प्रमाण भूकंपाआधी वाढते, असे आढळले आहे. त्यावरून कदाचित भूकंपाचे भाकित करता येईल, असा विचार करून, नोंदी-निरीक्षणे करून अभ्यास केला जात आहे.

चिखल कुठे आणि कसा तयार होतो व कोणत्या मार्गाने बाहेर पडतो, ते नीट कळायला हवे. चिखल खाली खोलवर तयार झाला, की तापमान व दाब यांमुळे वर ढकलला जातो. अर्थात या तर्काला प्रयोगाची पुष्टी मिळालेली नाही. यावर संशोधन होण्याचे एक महत्त्वाचे कारण म्हणजे, या चिखलमुखीच्या खाली तेलसाठे असतात. चिखलाचा मार्ग कळला, की तेलापर्यंत जाता येईल. तिसरी महत्त्वाची गोष्ट– हा चिखल उबदार व औषधी आहे. त्वचारोग, सांधेदुखी व वात यांवर उपाय म्हणजे याचे चिखलस्नान! तेलाच्या साठ्यासाठी, म्हणजेच पैशामागे धावून हे औषधी चिखलमुखी नष्ट न होवोत, म्हणजे मिळवली!

ट्रॉग्लोबाईट

सतराव्या शतकातली स्लोव्हेनियातली जनता ड्रॅगनवर नुसता विश्वास ठेवत नसे, तर त्यांची तशी खात्रीच होती. ड्रॅगन असतातच, असे त्यांना वाटायचे. दर वेळी जोराचा पाऊस झाला, की ड्रॅगनची लहान पिले पाण्यातून वाहताना दिसायची. मोठा ड्रॅगन बघितला मात्र कोणीच नव्हता. स्लोव्हेनियात चुनखडी खडकात तयार झालेल्या अनेक गुहा आहेत. त्यातून आलेले हे प्राणी वेगळेच असायचे. त्यांना पाय होते. रंगाने फिकट पांढरे दिसत, अशक्त वाटत. मुख्य खूण म्हणजे त्यांना डोळे नसत.

कालांतराने संशोधकांनी जेव्हा गुहांचे निरीक्षण, अभ्यास सुरू केला; त्या वेळी कोणी आग ओकणारा ड्रॅगन दिसला नाही. एका आंधळ्या सॅलमिंडरशी (Salaminder) त्यांची गाठ पडली. हे पूर्णपणे जीवन गुहेतच काढणारे प्राणी असायचे. ते उभयचर होते. एक ते दीड फूट लांबीचे हे प्राणी चक्क १०० वर्षे जगत. त्यांनाच 'ट्रोग्लोबाईट' म्हणू लागले (Troglobyte). काही प्राणी गुहेचा आसरा घेतात; पण गुहेवर ते अवलंबून राहत नाहीत, त्यांना 'ट्रोग्लोफाईल्स' (Troglophiles) असे म्हणत. रातकिडे, वाघळे (Bats) व स्वॅलो (Swallow) सारखे प्राणी बराच काळ गुहेत राहत; पण अन्न शोधायला बाहेर उजेडात येत. यांना 'ट्रोग्लोक्झीन' म्हणत (Trogloxenes). ट्रोग्लोबाईट्स मात्र बाहेर जगूच शकत नाहीत.

यातून एक समजले, की केवळ गुहेत राहणारे अनेक प्राणी एकाच जातीचे नसून, अनेक जातींचे असतात. हे सर्व जण फक्त गुहेतच राहत असल्याने त्यांचे काही गुणधर्म समान आहेत. यांना सर्वांना मिळून 'ट्रोग्लोमॉर्फिज' (Troglomorphies) म्हणतात. यात डोळे नसणे हे प्रमुख लक्षण दिसते. त्याच्या गंध व स्पर्श या संवेदना अतिशय तल्लख असतात. त्वचा अशक्त, पांढुरकी असते; कारण यात रंगद्रव्य म्हणजे मेलानीन (Melanin) नसते. काही अपृष्ठवंशीय, जे गुहेत राहतात, त्यांचे बाहेरचे कवच, सांगाडाच नष्ट झाला आहे; ज्याला एक्झोस्केलेटन

(Exoskeleton) म्हणतात. ट्रोग्लोमॉर्फिक झुरळात केवळ तोंड व पुनरुत्पादक अवयवच काय ते कडक, टणक राहिले आहेत. या सर्वांत उठून दिसणारा म्हणजे स्लोव्हेनियाचा सॅलमिंडर ट्रॉग्लोबाईटच आहे.

काही संशोधकांनी कॅलिफोर्नियातील एकूण तीस गुहांचा कसून शोध घेतला. त्यात त्यांना प्राण्यांच्या २७ नव्या प्रजाती पाहायला मिळाल्या आहेत. त्यात काही ट्रोग्लोबाईट्स होत्या. त्यात एक चकाकणारा केशरी कोळी आहे. हा प्राणी अर्धपारदर्शक आहे (Translucent); इतका की त्याचे पिवळेधमक यकृत स्पष्ट दिसते. यात खायचे जबडे अंगापेक्षा मोठे असणारे प्राणीही सापडले आहेत.

इतकी विविधता कशी निर्माण झाली, हा एक अनुत्तरित प्रश्न पडतोच. गुहा ही जागा अशी असते की; ज्यातले वातावरण, पाणी इत्यादी एकदमच वेगळे असते. ही उत्क्रांतीसाठी बहुमोल जागा असते. हा एक छोटा कारखानाच असतो म्हणा ना. सर्व घटक अगदी प्राथमिक पातळीवर असतात. हिमयुग, दुष्काळ, भूगर्भातल्या हालचाली यांमुळेही विविधता निर्माण झाली असेल. असे म्हणतात, की पृथ्वी पोटातल्या ९०% गुहा आपण अजून शोधलेल्याच नाहीत. त्यात निसर्गाने कोणते नवे प्राणी जपले, सांभाळले असतील; ते निसर्गच जाणे!

अक्रोड

सुकामेवा हे एक भन्नाट मिश्रण आहे. काजू, बदाम, पिस्ते, मनुका, बेदाणे, जर्दाळू, सुके अंजीर, चारोळ्या, चिलगोजे... ही यादी अक्रोडाखेरीज पूर्ण होणे शक्य नाही. यातला प्रत्येक जण आकार, रंग, चव यांत अजोड म्हणता येईल. त्यातली काजू व पिस्ते ही मंडळी खारट केली; तर आणखीच भुरळ पाडतात. खाण्याची इच्छा दूर लोटणे अशक्यच असते. बाकी मग बदाम व खारट ही कल्पना काही पटत नाही, पचतही नाही. इतकेच कशाला गोडसर बदाम हीसुद्धा तशी न भावणारी चीज वाटते. इतर पदार्थांना मात्र अशी कोणती सोबत लाभत नाही आणि लागतही नाही. जर्दाळूचे फळ खाल्ल्यावर आतले टणक कवच फोडून त्यातला छोटासा बदामासारखा भागही वेगळ्याच चवीचा लागतो. काजूबरोबर बेदाणे काय, मनुका काय किंवा सुके अंजीर खाल्ले; तर कोणामुळे कोणाची चव बेफाट लागते, हे ठरवणे अवघड वाटते. चारोळ्या व चिलगोजे यांना त्यांची अशी खास चव आहेच. १९५० च्या सुमारास पैसे नसल्याने सुकामेवा महाग वाटायचा, आजही आहे; पण आज पैसाही जास्त आहे. अनेक स्तरावरच्या लोकांना तो परवडू शकतो. ते खात नाहीत हा भाग वेगळा. यापेक्षाही महाग असलेले फुसके, बेचव, पोषकमूल्य नसलेले पदार्थ आज लोक खातात. हा सर्व सुकामेवा गेली हजारो वर्षे माणसाची दोस्ती टिकवून आहे. त्यातली पौष्टिकता आज कळल्याने ते जरा खाल्ले जातात.

आपल्याकडे अक्रोडची झाडे अशी इथे-तिथे सहज दिसत नाहीत. ती युरोपात ठायी ठायी दिसतात. अक्रोड वृक्षाची सावली छान असते; त्यामुळे चर्चची आवारे, स्मशानभूमी अशा ठिकाणी ती दिसतात. अक्रोडाचे फळ खूप छान चवीचे असते, त्यामुळेही ती लावली जातात. अक्रोडाचे वरचे टणक कवच फोडून त्यातला गर तोडफोड न होता काढणे, हे येऱ्यागबाळ्याचे काम नाहीच. दोन अर्धूकेही काढणेही जमत नाही. माणसाचा मेंदू कसा दिसतो, अशा

प्रश्नाला खुशाल अक्रोडाच्या गरासारखा, असे उत्तर द्यावे. एरवी माणसाचा मेंदू कसा आणि कुठे बघायला मिळणार आहे म्हणा! मेंदूवर वळकट्या, घड्या असतात; त्याची कल्पना अक्रोडाचा पृष्ठभाग बघून करायला काहीच हरकत नाही. अक्रोडाच्या पानाचा धूर अनेक उपद्रवी कीटक, माश्या दूर ठेवतो, कारण त्यात एक विषारी पदार्थ आहे. अक्रोडाचे लाकूड मृदू असल्याने कोरीव काम करण्यासाठी अगदी लाजवाब असते. खोलीत आडोसा म्हणून अक्रोडाच्या पातळ फळ्यांचे कोरीव काम केलेले उभे पडदे प्रसिद्ध आहेत. त्याच्या मिश्र विटकरी रंगछटांमुळे ते लाकूड लोभस वाटते, आपले वाटते.

यातले कीटकनाशक द्रव्य आहे, त्याला 'जग्लोन' (Guglone) म्हणतात. हे द्रव्य कीटक, माशा यांना जसे घातक आहे; तसे ते इतर काही वनस्पतींनाही घातक आहे. बहुतेक जलचरांना ते विषारी आहे. यात अव्वल क्रम लागतो तो ब्लॅक वॉलनटचा (Black Walnut). ईशान्य अमेरिकेत ही झाडे विपुल आहेत. या झाडाची मुळे जग्लोन तयार करतात. ते रसायन मातीत येते, त्यामुळे आसपासच्या वनस्पतींच्या श्वसनप्रक्रियेत बाधा येते. त्यांची पाने प्रथम पिवळी पडतात, नंतर गळतात. प्रकाशसंश्लेषणाअभावी ती झाडे झिजून मरतात. हे रसायन नैसर्गिक हर्बीसाईड म्हणून वापरतात.

जग्लोन हे घोड्यासारख्या मोठ्या प्राण्यांना विषारी असते; पण माणसाला नसते. जग्लोनच्या अंगी औषधी गुणधर्म आहेत. जठर, लहान आतड्यातले कृमी व टेप वर्म (Tape Worm) यांचा बीमोड करण्याकरिता चीन, जपान या देशांत जग्लोनचा वापर पूर्वीपासून होतो आहे. अक्रोडात अँटीऑक्सिडंट द्रव्ये (Antioxydants) आहेत. त्याचबरोबर काही जीवनसत्त्वे व ओमेगा-३ ही मेदाम्ले (Fatty Acids) आहेत. हृदयाच्या रक्तवाहिन्यांच्या (Coronary Arteries) व्याधीविकारांपासून दूर ठेवायचे काम अक्रोड करतो. रोज एका अक्रोडाचा गर खावा, असे अमेरिकेच्या अन्न व औषधनिर्मिती व नियंत्रणसंस्थेने अक्रोडास शिफारसपत्र दिले आहे. सन २००४ मधील संशोधनाच्या निष्कर्षानुसार दुसऱ्या क्रमांकाचा मधुमेह (Diabatise-2) यावर अक्रोड हे औषध आहे, हे सिद्ध केलेय.

अक्रोडाच्या कवचाचा वापर रंगद्रव्ये (Pigments), पॉलिश करणे, केसांना लावायचे रंग आणि शाई करणे यांत केला जातो. विमानतळावर धावपट्टीवर जमिनीलगत अनेक प्रकारचे दिवे मार्गदर्शक, सूचनेसाठी, नियंत्रणासाठी लावलेली असतात. एकूणच तेल, धूर, पाणी यांचा एक राप त्यावर चढतो. तो राप खरवडून टाकण्यासाठी याच अक्रोडाच्या टणक कवचाची पूड वापरतात. ही पूड खूप टणक असल्याने काचेच्या भुकटीप्रमाणे पॉलिश पेपरसाठी वापर होतो. ती वापरून दिवे स्वच्छ करतात. सौंदर्यप्रसाधनांत ही पूड वापरली जाते.

अवकाशात उपग्रह सोडण्यासाठी अग्निबाण (Rocket) वापरतात. त्याच्या सुळकेदार नाकावर उष्णतारोधक म्हणून याच्या कवचाच्या भुकटीचेच लुकण लावतात. इजिप्तमध्ये 'ममी' तयार करताना ती अक्रोडाच्या तेलात बुचकळून काढत असत.

अक्रोडाचा उपयोग अक्षता म्हणूनही केला जात असे, तो रोमन साम्राज्यकाळात विवाहाप्रसंगी! वधू-वरांवर पूर्ण अक्रोड उधळायचे, ते अक्रोड हे सुपीकतेचे प्रतीक आहे म्हणून!

फ्रस्ट्रेशन

जगातला सर्वांत विक्षिप्त, विचित्र वर्तणुकीचा; तरी अत्यंत आवश्यक, गरजेचा पदार्थ कुठला; या प्रश्नाचे उत्तर म्हणजे 'पाणी'. जीवन विविधरूपी तरीही तसे विक्षिप्त असते, असेच म्हणावे लागेल. त्याचा जो आधार, प्रमाण पदार्थ पाणी, तोही तसाच हवा. जशास तसे! त्याशिवाय निभाव कसा लागणार? कोणी म्हणेल, की जीवन अनोखे असते; मग पाणीही तेवढेच अनोखे आहे. पाणी हा एकमेव असा पदार्थ आहे, की जो त्याच्या तिन्ही स्थितीत आढळतो : बर्फ, पाणी व वाफ. बर्फाचा खडा हे याचे उत्तम उदाहरण होय. बर्फाकडे काळजीपूर्वक पाहिले, की पटतेच! संशयाला काडीइतकी जागाच नाही.

थंड पेय अजून थंड करताना ग्लासमध्ये बर्फाचे खडे आपण घालतो. बर्फ दिसायला सुसूत्र, सलग, सममिती (Symmetric) दिसतो; पण ते सारे दिखाऊ आहे, म्हणून फसवे आहे. 'दिसते तसे नसते' याचे सर्वांत समपर्क उदाहरण म्हणजे बर्फाचा तुकडा. पाण्याचा बर्फ बनतो व राहतो, तो एका विफलतेपोटी. तुम्ही म्हणाल; निराशा, विफलता, खिन्नता हे गुणधर्म सजीवांचे आहेत. पाणी वा बर्फ इत्यादींना हे गुण कसे? तुमची शंका एकदम बरोब्बर आहे. शास्त्रज्ञांना असे सजीवांचे गुण निर्जीव पदार्थांना, यंत्रांना लावायची तशी जुनीच खोड आहे. त्या अर्थाने बर्फ हा 'फ्रस्ट्रेटेड' (Frustrated) असतो, असे म्हणतात. विफलता वा निराशा हा आधुनिक युगात शाप ठरत आहे. तुम्ही बाजारात एखादी किरकोळ, तशी क्षुल्लक वस्तू घ्यायला गेलात; तर तुम्हाला इतके पर्याय उपलब्ध होतात, की त्यातून कशाची निवड करावी हा निर्णय घेता न आल्याने निराशा येते. मग टीव्ही, फ्रीज, मायक्रोवेव्ह ओव्हन्स, किंवा दुचाकी, चारचाकी यांसारख्या जास्त किमतीच्या वस्तूची निवड करणे किती कठीण असेल बरे? त्यातून येणारी विफलताही तीव्रच!

बर्फात किंवा इतर पदार्थांत येणारी 'विफलता' फारशी निराळी नाही. निर्णय घेता न आल्यानेच ती निराशा आहे. कसे ते बघा. पाणी हे संयुग आहे. त्याच्या रेणूत

हायड्रोजनचे दोन व ऑक्सिजनचा एक, असे तीन अणू असतात. पाण्याचा रेणू (Molecule) हा कोनीय (Angular) आहे. पाण्याचे बर्फ होताना पाण्याच्या रेणूतील हायड्रोजनच्या अणूंना नक्की कोणत्या स्थितीत स्थिर व्हावे, तेच ठरवता येत नाही. त्यामुळे पाण्याचे रेणू थोड्या संभ्रमित अवस्थेत, सैरावैरा अवस्थेत थिजतात व बर्फ बनतो. म्हणून त्याला 'फ्रस्ट्रेटेड' म्हणतात.

या अजब 'फ्रस्ट्रेशन' संकल्पनेमुळे अनेक नव्या तंत्रांचा उगम झाला, अशा विधानावर तुम्ही पटकन विश्वास ठेवणार नाही; पण ते सत्य आहे. कोणताही पदार्थ अणूरेणूंनीच बनलेला असतो. कोणत्याही तापमानास या अणूरेणूंना एक ऊर्जा असते. ही उष्णता ऊर्जा (Thermal Energy) असते. त्यामुळे हे अणूरेणू कधी स्थिर, गप्प नसतात. ते सारखे कंप पावत असतात. जसजसे तापमान कमी होते, तशी अणूरेणूंची उष्णता ऊर्जदेखील कमी होते. त्यामुळे त्यांची एकूण हालचाल मंदावत जाते. शेवटी निरपेक्ष तापमानास (Absolute Temprature) म्हणजे उणे २७३ अंश सेल्सियसला ती हालचाल जवळजवळ थांबते, असे विज्ञान सांगते. याचा अर्थ असा की. शून्य अंश सेल्सियसला झालेल्या पाण्याच्या बर्फातील रेणूत खूप ऊर्जा असते, त्यामुळेच बर्फात ऑक्सिजन अणूंच्या सांगाड्यात हायड्रोजनचे अणू अव्यवस्थितपणे हिंडत असतात. अशा स्थितीत त्या अणूरेणूंसमोर खूप पर्याय असतात; पण नक्की कुठे स्थिर व्हायचे ते ठरवता न आल्याने विफलतेपोटी कोणीतरी कुठेतरी स्थिर होतो.

ज्यात असे फ्रस्टेशन येते, असे पाण्याशिवाय कोणते इतर पदार्थ आहेत, याचे पूर्णांशाने उत्तर विज्ञानाला माहीत नाही. काही पदार्थ असे असावेत, असे मात्र विज्ञान निश्चित म्हणते. त्यात पदार्थांचा एक वर्ग आहे, ज्याला 'पायरोक्लोर्स' (Pyrochlores) म्हणतात. हे सारे पदार्थ चुंबकीय गुणधर्माचे आहेत. या पदार्थांत रेणू वा अणू विफलतेत जात नाहीत, तर इलेक्ट्रॉन्स त्या अवस्थेत जातात. इलेक्ट्रॉन्स हे मूलकण (Elementary Particles) ऋणविद्युतभारित असून अतिशय हलके असतात, हे तुम्हास नक्की माहिती असेल. त्यांना स्पिन (Spin) नावाचा आणखी एक गुणधर्म असतो. काही अडचणींवर तोडगा म्हणून हा गुणधर्म शास्त्रज्ञांनी इलेक्ट्रॉनला बहाल केला. सर्वच मूलभूत कणांना हा गुणधर्म असतोच. पृथ्वी, चंद्र, मंगळ, शनीच काय; पण सूर्यालाही 'स्पिन' गुणधर्म असतो. स्वतःभोवती फिरणारी वस्तू एकतर घड्याळी काट्यांच्या दिशेने फिरेल किंवा मग उलट दिशेने फिरेल. मूलकण विज्ञानात त्यासाठी अप (Up) व डाऊन (Down) असे शब्द वापरतात. नेहमीच्या तापमानाला हे स्पिन कसेही रचले गेलेले असतात. चुंबकीय पदार्थाचे तापमान कमी केले, तर दोन-दोन इलेक्ट्रॉन्स अप व डाऊन अशी जोडी बनवून स्थिर होतात. नेहमी साधारणतः असेच घडते. मात्र पायरोक्लोर्सचा भौमितिक आकार तसे

होऊ देत नाही. कोपऱ्याशी आलेले तीन इलेक्ट्रॉन्स जोडीचे कोण व एकटा कोण, हे ठरवू शकत नाहीत व इलेक्ट्रॉन्स फ्रस्ट्रेट होतात. या स्थितीला 'स्पिन आईस' (Spin Ice) असे नाव दिले आहे.

यामुळे पायरोक्लोअर्स अजूनच अनोखे होतात. प्रथिनांच्या अयोग्य, चुकीच्या आकारामुळे उद्भवणाऱ्या शारीरिक व्याधी काय किंवा महावाहकता विज्ञान (Science of Superconductivity) काय, त्यांच्याविषयीचे आकलन या फ्रस्ट्रेशनमुळे होते. याचा सर्वांत मोठा उपयोग उद्या स्पिंट्रॉनिक्स (Spintronics) तंत्रात होणार आहे. त्यातून क्वांटम कम्प्युटरचे स्वप्न साकार होईल, असा विश्वास वैज्ञानिकांनी व्यक्त केला आहे.

स्कोव्हील स्केल

जीभ हे चवीची संवेदना निर्माण करणारे इंद्रिय. सजीवांत असलेल्या पाचांपैकी एक ज्ञानेंद्रिय म्हणजे जीभ. जीभ केवळ संवेदना संदेश मेंदूकडे पाठवते. चव कुठली आहे, ती जाणीव मेंदूच तयार करतो. त्यामुळे कान ऐकतात, डोळे पाहतात असे नाही; ती इंद्रिये केवळ तसे संदेश मेंदूकडे विशिष्ट भागात पाठवतात. प्रत्यक्ष पाहणे किंवा ऐकणे ही जाणीव मेंदूची करामत असते. मेंदूलाच स्पर्श जाणवतो, मेंदूलाच वेदना कळतात; त्वचेला नाही. खातापिताना विविध चवी लागतात त्या सगळ्याच आपल्याला ओळखता येतील असे नाही. जिभेवर खारट, खवट, तुरट, तिखट, कडू, गोड, आंबट अशा चवी कळतात. अलीकडेच झालेल्या काही संशोधनातून उमामी (Umami) ही मांसाची व मेद (Fat) या दोन चवीही जीभ ओळखते, असे लक्षात आले आहे. जीभ खरे म्हणजे आंबट, खारट, गोड व कडू या चार चवी ओळखते. तुरट, तिखट, खवट या मिश्र चवी असाव्यात; इतकाच अंदाज आपल्याला आला आहे.

तिखट कमी-जास्त आवडणारे लोक आपल्या पाहण्यात, ऐकण्यात असतात. मिसळ खाताना तर्री मागवणारी, जेवताना दोन हिरव्यागार मिरच्या खाणारी माणसे जरा वेगळीच! ढोकळे वा लांब पापडी यांबरोबर तळलेल्या मीठ लावलेल्या मिरच्या दिल्या जातातच! आपल्याकडची लवंगी मिरची खूप तिखट म्हणून प्रसिद्ध आहे. काही मिरच्या समोर जरी आल्या, तरी नाकाडोळ्यांतून पाणी वाहू लागते, असे म्हणतात. तुम्ही घेतला आहे असा अनुभव कधी? मेक्सिकोत अशा 'जहाल' मिरच्यांच्या बऱ्याच जाती आहेत. अमेरिकेत मेक्सिकन अन्न मिळणाऱ्या हॉटेलची साखळी आहे, तिचे नाव आहे 'चिपोटले' (Chipotle). चिपोटले म्हणजे मिरची. तिखटाने नाकाडोळ्यांतून पाणी येते, घामही येतो. मेक्सिकोत अल्बुकर्क येथे आठ दिवसांचा तिखटाचा व मसालेदार पदार्थांचा सोहळा असतो. बाकीच्या चवींना येथे 'प्रवेश बंद' असतो. अशा वेळी प्रश्न पडतो, की मिरचीचा तिखटपणा, त्याची प्रत

कशी ठरवायची. त्याच्या मोजपट्टीला 'स्कोव्हिल स्केल' (Scoville Scale) म्हणतात.

सन १९१२ मध्ये बिल्बर स्कोव्हील या अमेरिकन रसायनतज्ज्ञाने या तिखटाची मोजपट्टी बनवली. प्रत्येक पदार्थातला तिखटपणा पाण्याच्या साहाय्याने कमी कमी करायचा. प्रत्येक वेळी तो अनेकांनी चाखून त्याची चव किती तिखट लागली, ते नोंदवायचे. ज्या मिश्रणाला तिखटपणा लागणार नाही, ते मिश्रण म्हणजे त्या तिखटपणाचे मोजमाप. तिखट जेवढे जास्त, तितक्या पटीत त्याची चव शून्यावर आणायला पाणी लागणार. त्यामुळे पदार्थ जितका तिखट, तितके त्याचे माप जास्त. उदाहरणार्थ एक केनी मिरची (Caynne Pepper) तिखटपणात ४०,००० या पातळीवर आहे. त्याला स्कोव्हिलने 'स्कोव्हिल हीट युनिट' (Scoville Heat Units – SHU) असे नाव दिले. थोडक्यात केनी मिरचीचा तिखटपणा ४०,००० SHU आहे.

ज्यामुळे पदार्थात तिखटपणा येतो, ती रसायने कॅप्सीसीनॉईड (Capsaicinoid) या वर्गात मोडतात. या वर्गातले बहुतेक मिरच्यांत आढळणारे म्हणजे 'कॅप्सीसीन' (Capsaicin). या द्रव्यामुळे हाय हाय जरी झाले, तरी शरीराला अपाय करणारी ही द्रव्ये नव्हेत. जीभ जरी तोंडात राहून चव ओळखत असली, तरी तीही त्वचेचा एक भाग असल्याने तिच्यावरून गार-गरमपणा, स्पर्श व वेदना जाणवतातच. तिखट कॅप्सीसीनचे रेणू गरम तापमान ओळखणाऱ्या मज्जातंतूंना सक्रिय करतात; त्यामुळे आपण जीभ भाजली, पोळली असे शब्द वापरतो. हे शब्द खरे म्हणजे तापमानाशी संलग्न आहेत. वेदना झाल्या, की मेंदू मॉर्फिन्ससारखी द्रव्ये तयार करतो. ही रसायने वेदनाशामक (Analgesic) आहेत, हे बहुधा तुम्हाला माहीत असेल. ही शरीरात तयार होतात, म्हणून त्यांना एंडॉर्फिन्स (Endorphins) म्हणतात. याचमुळे कदाचित माणसांना तिखट आवडत असेल. विदर्भ नागपूर वा कोल्हापूर या ठिकाणचा झटका प्रसिद्ध आहेच.

आजकाल स्कोव्हील स्केलचे मोजमाप चव घ्यायला सांगून वगैरे केले जात नाही. चव ही जाणीव खूपच व्यक्तिनिष्ठ असते. ती मोजणी लिक्विड क्रोमॅटोग्राफी (Liquid Chromatography) या तंत्राने करतात. आपल्या लवंगी मिरचीच्या पेक्षा तिखट मिरच्या या मोजणीमुळे आपल्याला समजल्या आहेत. अलापेनो (Jalapeno) या मिरचीची SHU किंमत २५०० ते ८००० एवढी आहे. मिरची कोठे, कुठल्या ऋतूत येते, यावर हे SHU वर अवलंबून असते. हॅबानेरो (Habanero) नावाची एक मिरची आहे. तिची SHU किंमत १ ते ३.५ दशलक्ष इतकी आहे. अशीच एक रेड सेविना (Red Savina) तर ५.८ दशलक्ष SHU ची आहे. भारतात अतिउत्तरेस होणारी जोलोकिया (Jolokia) थेट ९ दशलक्ष SHU असून

जगात ती अव्वल स्थानी आहे. सन २००५ मध्ये मेक्सिकोतील मिरची महोत्सवात एक तिखट पदार्थ ठेवला होता, त्यात शुद्ध कॅप्सीसिन वापरले होते. स्कोव्हील स्केलवर त्याची SHU किंमत १६ दशलक्ष आहे.

तिखटाने तोंड भाजले; की आपण हाय हाय करतो, पाणी पितो. पाण्याने कॅप्सीसीन जात नाही. त्याला मेदरेणू (Fatty Substance) लागतात. त्यावर तूप, साय वा लोणी खाणे, हा उपाय आहे. हिरवी मिरची यकृताच्या निरोगीपणासाठी गरजेची आहे, असे म्हणतात. त्यातले विज्ञान आजतरी अज्ञात आहे. ∎

पन्नास वर्षें झाली त्याला. कपड्याची बटणे, बुटांच्या लेसेस, चेन्स किंवा झिप्स यांना एक सोपा सुलभ पर्याय निर्माण झाला. त्याचा उपयोग मग इतका वाढत गेला की बस्स! सोपेपणा किती असावा, त्याचे हे उत्तम व एकमेव उदाहरण ठरेल. वेल्क्रो त्याचे नाव (Velcro). वेल्क्रोचा वापर करताना आपण निसर्गानेच वापरलेले तंत्र वापरत आहोत किंवा एकूणच विशेष तंत्राचा वापर करत आहोत, हे खरेच वाटत नाही. लहानपणी एका झाडाचे हिरवेपिवळे तुरे तुम्ही एकमेकांच्या शर्टावर मारले असतील किंवा छोट्या काटेरी फळासारख्या दिसणाऱ्या बिया मारल्या असतील. आम्ही तरी पन्नास वर्षांपूर्वी त्यांना सरसकट 'कुत्री' म्हणत असू. तुम्ही काय म्हणता ते माहीत नाही. हे कुत्रे शर्टावर किंवा कापडावर, केसांत जितक्या सहजपणे अडकतात; तितक्या सहजपणे काढता मात्र येत नाहीत. हा फरक तुम्हाला कधी जाणवलाय का?

सन १९४८ मध्ये जॉर्जेस द मेस्ट्रल हा स्वीडिश संशोधक एके दिवशी कुत्र्याला घेऊन फिरायला केला होता. परत येत असताना त्याला असे लक्षात आले, की कुत्र्याच्या शरीरावर इथे-तिथे त्या काटेरी बिया लटकल्या होत्या. घरी आल्यावर त्याने त्या काढल्या. जितके सहज वाटत होते, तेवढ्या त्या बिया काढणे सहज नव्हते, हे त्याच्या लक्षात आले. तिथेच त्याच्या मनात शोधाची शलाका चमकली. त्याने त्या ओंब्या किंवा काटेरी बिया साध्या मायक्रोस्कोपखाली धरल्या आणि त्यांचे काळजीपूर्वक निरीक्षण केले. प्रत्येक काटा टोकाशी आकड्यासारखा थोडा वळलेला आहे, असे त्याला दिसले. जनावरांच्या अंगावरचे केस, सूक्ष्म वा बारीक, मोठ्या तंतूसारखे एकमेकांत सरमिसळलेले असतात. त्यात हे आकडे अडकतात. वनस्पतींच्या बिया दूरवर जाव्यात व त्यांची वंशवृद्धी व्हावी, हाच हेतू निसर्गाचा आहे. काही वर्षांनी त्याने प्लास्टिक वापरून निसर्गाची नक्कल केली आणि बघतो तो काय; तेही दोन तुकडे एकमेकांवर दाबले की, चिपकले. सोडवताना जरा ओढल्याखेरीज

निघाले नाहीत. निघताना एक विशेष चरचरता आवाजही आला. वेल्क्रो (Velcro) हा शब्द त्याने दोन शब्दांचे संयुग करून बनवला. Velours आणि Crochet हे ते दोन शब्द. (Velours म्हणजे मजबूत आणि Crochet म्हणजे विणकाम.) या पाठाचे प्रयोजन तुम्हाला वेल्क्रोची माहिती देणे नाही, ही गोष्ट तुम्हाला जरा कोड्यात टाकेल. या वेल्क्रोचा उपयोगही निसर्गाने केलाच. त्याचे असे झाले–

ऑस्ट्रेलियन वनस्पतिशास्त्रज्ञांच्या अलीकडे असे लक्षात आले; की या वेल्क्रोबरोबर अनेक अज्ञात बिया, सूक्ष्माणू इकडून तिकडे नेले जात आहेत. त्याचा शोध जेनी क्विनॉमने घेतला, तेव्हा तिला आश्चर्याचा धक्का बसला. अंटार्क्टिकावर किंवा अन्यत्र गेलेल्या तुकडीतील सर्व लोकांचे कपडे, बॅग्ज, शूज इत्यादी व्हॅक्यूम क्लीनरने स्वच्छ केले व त्यांच्या बॅगांची काटेकोर तपासणी केली. त्यातल्या काही बियांनी आधीच रुजून वंशवृद्धीस सुरुवात केली होती. या बिया शिवणीत, खिशात, बुटाच्या तळाची नक्षी इत्यादींमध्ये तर होत्याच; पण त्यांचे प्रमाण जास्त होते ते वेल्क्रोत! निसर्गाला जे हवे ते शेवटी घडलेच. त्या त्या ठिकाणची वनस्पती विविधता यामुळे लोप पावेलशी भीती वाटली. मोहिमांवर जाणाऱ्या मंडळींसाठी काही नियम-निर्बंध ऑस्ट्रेलियन सरकारने तयार केले व त्याची अंमलबजावणी तातडीने सुरू केली. जेनी क्विनेमच्या मते, हे 'वरातीमागून घोडे' आहे. आज कितीतरी पर्यटक किंवा इतरही जगाच्या कानाकोपऱ्यात जातात, सौंदर्यस्थळे पाहतात. सोय म्हणून सर्व ठिकाणी वेल्क्रो असते. निसर्ग त्याचा पुरेपूर फायदा घेतोच. त्यामुळ बीजप्रसार, जिवाणू-विषाणू प्रसार कधीच सुरू झाला आहे. वेल्क्रोचा वापर पूर्ण बंद करणे सर्वथा अशक्य आहे. जे होईल ते पाहणे, यावाचून आपल्यासमोर दुसरा पर्याय काय?

सायक्रोफाईल

ऋतुचक्र सतत फिरत असते. चक्राला गतीचा शाप असतो. खरे ऋतू दोनच– उन्हाळा व पावसाळा. त्या दोघांचा परिणाम म्हणून मग हिवाळा. कोणाला कोणता ऋतू आवडतो, कोणता आवडत नाही. उन्हाळ्यात सगळीकडे सक्रियता असते. पावसाळा व हिवाळ्यात सक्रियता तुलनेने कमी होते. हिवाळ्यात एका जागी शांत, हालचाल न करता बसून राहावेसे वाटते. हातपाय हलवले, तर थंडी वाजते. खरे तर हातपाय हलवल्यानंतर थोडी तरी ऊब निर्माण होणार असते. बऱ्याच ठिकाणी तापमान शून्य किंवा त्याखाली जाते. त्या ठिकाणी एकूणच हालचाल कमी होते.

कमी तापमानाला प्राणी कसे वागतात, त्यांच्यावर काय आणि कसा परिणाम होतो, त्याचा अभ्यास सुरू होऊन एक शतक नक्कीच उलटले आहे. बेडकासारखे मोठे प्राणी बराच काळ मृतावस्थेत जातात. तापमान वाढले, की पुन्हा जिवंत होऊन वावरायला लागतात. माणसालाही असे कमी तापमानास थिजवायचे आणि नंतर शंभर किंवा हजार वर्षांनी जागे करायचे, ही संकल्पना अजून तरी कपोलकल्पित-विज्ञानकथेत काय ती अस्तित्वात आहे. प्रत्यक्ष कधी येईल ती येवो! काही जीवाणू वा विषाणू यांसाठी मात्र ही गोष्ट वास्तव आहे. पृथ्वीपाठीवर त्यांच्या अगोदर ते प्राणी अशाच प्रकारे जीवन जगले आहेत, जगत आहेत. अशा प्राण्यांना 'सायक्रोफाईल' (Psychrophile) म्हणतात. हा शब्द दोन ग्रीक शब्दांपासून बनला आहे. त्यात Psychros म्हणजे शीत किंवा थंड आणि Phileein म्हणजे प्रेम किंवा आवड असणे. अशा प्राण्यांना आपण बर्फप्रेमी किंवा शीतप्रेमी म्हणू शकू. सूक्ष्माणू तर शंभरच काय, कित्येक हजारो वर्षेही शीत-तापमानास राहू शकतात. पृथ्वीवरचे अंटार्क्टिका वा सायबेरिया यांसारखे प्रदेश एरवी ओसाड, निःश्रेष्ठ वाटत असले; तरी ते अशा थिजलेल्या अनेक प्रजातींच्या अक्षरशः अगणित प्राण्यांचे माहेरघर आहेत. त्यातले काही तर तेवढ्या गारव्यात चक्क जिवंत राहून नित्यकर्मे करतात.

अशा तीव्र शीत वातावरणात जगण्यासाठीच या प्राण्यांना तयार केले असावे, असे वाटते. संशोधकांना मिथेनच्या वातावरणात काही सूक्ष्माणू (Microbes) -२०° सेल्सियस तापमानास जिवंत स्थितीत सापडले आहेत. पाण्यात काही क्षार अथवा इतर पदार्थ असतील, तर त्याचा गोठणबिंदू (Freezing Point) कमी होतो. -२०° तापमानास बऱ्याच ठिकाणी खारे पाणी बर्फ न होताच राहिलेले असते. त्यामुळे त्यात जीवाणूंची चयापचय प्रक्रिया (Metabolism) चालू राहते. या तापमानापेक्षा कमी तापमानात मात्र कोणी राहू शकत नाही.

या मायक्रोफाईल प्राण्यांना कितीही थंडपणा चालू शकतो. घट्ट झालेल्या बर्फात अगदी चार किलोमीटर खोलसुद्धा जिवंत जीवाणू, विषाणू, फंगस, ग्रीन अल्गी इत्यादी सापडले आहेत. इतक्या दीर्घ काळ ते जिवंत कसे, हेच विस्मयकारक आहे. पर्माफ्रॉस्ट (Permafrost) म्हणजे ध्रुवीय प्रदेशातल्या गोठलेल्या जमिनीतले जीवाणू-विषाणू तर दशलक्ष वर्षांपूर्वीचे आहेत, असे आढळले आहे.

बर्फ जेव्हा वितळेल तेव्हा काय होईल, हा विचार करण्यासारखा मुद्दा आहे. ग्लोबल वॉर्मिंगमुळे गेल्या काही दशकांपासून हळूहळू ध्रुवापासूनचे बर्फ वितळत आहेच. त्यातले सूक्ष्माणू पुन्हा सक्रिय होणारच, कारण बदल अगदी धीम्या गतीने होत आहे. एक अंदाज असा आहे, की दरवर्षी $१०^{१७}$ ते $१०^{२१}$ सूक्ष्माणू आपल्या वातावरणात येत आहेत; असे गेली दोन दशके तरी चालले आहे. ते आपला प्रभाव पाडायला लागलेही असतील. ते आपल्याला कळेतो उशीरही होईल. अशा स्थितीत ते जीवाणू व विषाणू जुन्या-नव्या व्याधी, व्यथा सुरू करतील. या संदर्भात ठाम काही सांगणे अवघड आहे. ते जर नष्ट झाले, मेले, तर आपण वाचू; पण जर ते जगलेच, तर मात्र कदाचित आपले मरण आहे.

टाटुराना

चावणारा कीटकवर्ग आपल्या खूपच परिचयाचा आहे. कीटकांच्या जीवनसाखळीत अंडे, अळी, कोश या तीन स्तरानंतर प्रत्यक्ष कीटक अवतरतो. अंडे व कोश या अवस्था तशा निरुपद्रवी म्हणायला हव्यात. अळी इकडून तिकडे जाते. कीटक तर हिंडतोच. कोणीही चावणारी, डंख मारणारी, दंश करणारी मंडळी त्यांच्या रक्षणाकरताच तो पवित्रा घेतात; हे आपल्याला माहीत आहे. उद्या सुरवंट दंश करतात व तो दंश विषारी असतो, असे कोणी सांगितले; तर आपण बहुधा त्यावर विश्वास ठेवणार नाही. सुरवंट आपले गुबगुबीत, मऊ अंग लयीत हलवत, अनेक पायांची मोहक हालचाल करत इकडून तिकडे जात असतात. ते सरळ, गरीब दिसतात. ते काय डंख मारणार, असे आपल्याला वाटते. काही सुरवंटांच्या दंशाची तुलना थेट सर्पदंशाशी केली जाते, हे वाचून तुम्हाला आश्चर्याचा धक्काच बसेल. दक्षिण ब्राझीलमध्ये डिसेंबर-जानेवारीपासून एक सुरवंट पाहायला मिळतो. त्याचे गरीब, निरुपद्रवी दिसणे चक्क फसवे असते. त्याला कोणी डिवचले किंवा त्याचा तुम्हाला पुसटसा जरी स्पर्श झाला, तरी तुमची धडगत नसते. तो एका सिल्क मॉथ (Silk Moth) जातीच्या पतंगाचा सुरवंट आहे. त्याचे शास्त्रीय नाव लोनोमिया ऑब्लिका (Lonomia Obliqua) आहे. ब्राझीलमध्ये त्याला 'टाटुराना' (Taturana) म्हणतात.

त्याच्या अंगावरचे छोटे केस पोकळ असतात. त्यात विष असते. स्पर्श झाला, तर ते केस घुसतातच. काही अंतर दुरूनही तो ते केस फेकू शकतो. विषातले विकर रक्तपेशींचा नाश करते. त्याचसह काही जोडउती (Connective Tissues) व प्रथिने (Proteins) यांचा नाश करते. खाज सुटणे, पुरळ उठणे या साध्या लक्षणांपासून त्वचारोग, लहान आतड्याच्या समस्या, मेंदूतला रक्तस्राव, मूत्रपिंडे निकामी होणे ही लक्षणे दिसतात. मृत्यूही येऊ शकतो. दरवर्षी ब्राझीलमध्ये या टाटुरानामुळे २-४ व्यक्ती तरी मरतातच. नुकताच या विषावर परिणामकारक उतारा सापडला आहे. त्यामुळे मृत्यूचे प्रमाण कमी झाले आहे.

या टाटुरानाबरोबरीने इतर अनेक जातींचे सुरवंट चांगलेच विषारी आहेत, असे आढळले आहे. या सर्वांचा प्रादुर्भाव वसंत ऋतूत होतो. त्यात एक पस सुरवंट (Puss Caterpiller) आहे, तो विषारी आहे. ऑस्ट्रेलियात एक बिलीगोट प्लम (Billygoat Plum) नावाचा सुरवंट जालीम आहे. चीनमधला बॅग शेल्टर पतंग (Bag Shelter Moth) जातीचा सुरवंट असाच विषारी आहे. केंच्युकी राज्यात एक इस्टर्न टेंट (Eastern Tent) म्हणून सुरवंट आहे, तो तर दुरून मारू शकतो. त्याची पद्धत फारच घाबरवून सोडणारी आहे. त्याच्या अंगावरचे केस तुटून, फाटून हवेत इतस्तत: पसरतात. पंचवीस फुटांवरच्या आपल्यासारख्या प्राण्याच्या हाता-पायांवर, चेहऱ्यावर तो सूक्ष्म, पातळ केस येतो. लगेच प्रचंड खाज सुटते, पुरळ उठते. ती कातडी लाल होते. डोळे प्रचंड चुरचुरतात, दुखू लागतात. आपण विचार करतो, की असे अचानक कसे झाले, कशाने झाले असेल. आपल्याला कारण कळणे शक्यच नसते. जर असे झाले, तर खाजवायचे नाही. लालसर झालेल्या जागी प्लास्टिकची चिकटपट्टी लावायची व नंतर हळुवार काढून घ्यायची. तो केस तिला चिकटून निघून जातो. नंतर वेदना कमी करण्यासाठी त्या जागी बर्फ धरायचा. अर्थात तुम्ही टाटुरानाच्या तावडीत सापडलात, तर मात्र त्वरित डॉक्टरची मदत घ्यायची. दुसरा पर्यायच नाही; नसतो!

लेसर की लोसर

तुम्ही म्हणाल की हे काय भलतेच. आम्ही लेसर वाचत, लिहीत व बोलत आलो आहोत आतापर्यंत. लोसर हे काय प्रकरण आहे? आजपर्यंत कधी ऐकले नव्हते. आता आमच्यासमोरही प्रश्न पडला की लेसर (Laser) की लोसर (Loser)!

गंमत अशी आहे, की दोन्ही शब्द बरोबर आहेत. लेसर हा शब्द आता बदलणे शक्य नाही, त्यामुळे तसाच वापरायचा. लोसर हा शब्द, हे किरण करण्याची तंत्रप्रक्रिया काटेकोर तपासली, तर बरोबर आहे. कुणी लोसर म्हणेल, तर चूक ठरणार नाही. उलट त्या व्यक्तीला लेसर किरणप्रक्रियेतले मर्म समजले आहे, असा त्याचा अर्थ होईल.

लेसर[१] म्हणजे उच्च ऊर्जेचे एकाच कंपनसंख्येचे भेदक किरण आणि लोसर म्हणजे तेच! लोसर[२] हा शब्द १९५७ मध्ये गॉर्डन गुल्ड याने बनवला. न्यूयॉर्क येथील कोलंबिया विद्यापीठात गॉर्डन तेव्हा पीएच.डी.चा विद्यार्थी होता. १९६० मध्ये लेसर किरण निर्माण करणारे पहिले उपकरण तयार झाले. त्याआधी एकच वर्ष आर्थर शॉवलो या पदार्थवैज्ञानिकाने नावातली ही छोटीशी पण महत्त्वाची चूक लक्षात आणून दिली होती. त्याच्या मते, लेसर म्हणजे लाईट अॅम्प्लिफिकेशन (Light Amplification) असे असले, तरी प्रत्यक्षात अणूरेणू हे आंदोलत (Oscillate) असतात. त्यामुळे 'लाईट ऑस्सीलेशन' (Light Oscillation) हे वास्तवाचे उचित स्पष्टीकरण आहे. त्यामुळे लेसरपेक्षा लोसर म्हणणे तांत्रिक दृष्टीने अचूक आहे. अर्थात 'शास्त्रात् रुढीर्बलीयसी' यानुसार लोसरचा लोप झाला व लेसर

---

१. LASER – Light Amplification by Stimulated Emission of Radiation.

२. LOSER –Light Oscillations by Stimulated Emission of Radiation.

रूढ झाला. यामुळे एक असे झाले, की लेसर तंत्राचा शोधक खरा कोण, हा प्रश्न १९६० ते १९९० या ३० वर्षांपर्यंत चर्चेत, वादात राहिला.

फोटॉन (Photon) हे प्रकाशकणाचे नाव तुम्हाला चांगले माहीत आहे. हे प्रकाशकण उत्तेजित अणूरेणूंकडून प्रारण (Radiation) निर्माण करायला चालना देऊ शकतील, हे अल्बर्ट आईन्स्टाईनने १९१७ मध्येच सांगितले. मात्र १९५० पर्यंत त्याकडे कोणी फारसे लक्ष दिले नाही. मात्र कोलंबिया विद्यापीठातील चार्ल्स टाऊन्स या पदार्थवैज्ञानिकाने अमोनियाच्या उत्तेजित रेणूपासून सूक्ष्मतरंग (Microwave) प्रारण उत्सर्जित करून दाखवले. त्याला त्यांनी मेसर[३] (Maser) असे नाव दिले. खरं तर लोसरप्रमाणे यालाही मोसर[४] म्हणायला हवे होते.

टाऊन्सपुढे आव्हान असे होते, की सूक्ष्मतरंगांकरिता जे जमले, ते दृश्य प्रकाशासाठी (Visible Light) जमवायला हवे. त्याने गॉर्डनबरोबर चर्चा केली. पुढील दोन आठवड्यांत गॉर्डनने कार्बनडायऑक्साईडचे रेणू वापरून हे करता येईल, अशी योजना आखली. दरम्यान टाऊन्सने शॉवलोशी हातमिळवणी करून बेल प्रयोगशाळेत प्रयोग करून योजना आखली. या योजना एकाच तत्त्वावर आधारित होत्या. आपण नशीब असे काहीतरी असते, असे म्हणत असतो. येथे हे नशीब ना टाऊन्सबरोबर राहिले, ना गुल्डबरोबर! लेसर शोधाच्या श्रेयाची माळ नशिबाने कॅलिफोर्निया येथील ह्यूजेस संशोधन प्रयोगशाळेतल्या टेडमेनन याच्या गळ्यात टाकली. एवढे होऊन शोधाच्या श्रेयाबद्दल चर्चा होत राहिली. लेसरचे पेटंट टाऊन्सकडे आले. नंतर तंत्र सुधारली. सॉलिडस्टेट लेसर तयार झाला. सन २००० मध्ये सुंदर निळा प्रकाश फेकणारा लेसर तयार झाला, तोपर्यंत इतर रंगांचे प्रारण निर्माण करणारे लेसर होते. गुल्डच्या नावे 'लेसर' शब्दच राहिला. शावलोचा 'लोसर' मात्र तंत्रातच राहिला, कधीच वापरला गेला नाही, पुढेही जाणार नाही. एखाद्या शब्दाच्या नशिबी काय असेल, ते कोणत्या शब्दांत सांगणार?

---

३. MASER–Microwave Amplification by Emission of Radiation.

४. MOSER–   Microwave Oscillations by Emission of Radiation.

एंटोमोफॅगस

तुम्ही कधी मुंग्यांची चव घेऊन पाहिली आहे? तुम्ही म्हणाल, 'हा काय प्रश्न आहे? आम्ही शाकाहारी आहोत म्हटले!' मुंग्यांना मारायला आपण मागेपुढे पाहत नाही; पण मुंगी तिखट लागते की आंबट, असे जर कोणी विचारले, तर आपल्याकडे उत्तर नसते. कारण आपण खरेच मुंगी खाऊन पाहिलेली नसते. मुंग्या खायला आंबट लागतात, कारण त्यांच्यात फॉर्मिक आम्ल असते. बहुतेक सर्व आम्ले चवीला आंबट लागतात. दुसऱ्या 'फायरअॅंट' (Fire Ant) जातीच्या मुंग्यांना कलिंगडाची चव लागते. चिनी खाद्यपदार्थांत असे अनेक प्रकारचे कीटक वापरले जातात. त्यांच्याकडील चविष्ट पदार्थांत मुंग्या-मुंगळेच काय; पण झुरळे, वाळवी, पतंग, नाकतोडे, तुडतुडे यांनाही स्थान असते. मांसाहार करणारी व्यक्ती टूना फिश जितक्या आवडीने खाईल, तितक्याच आवडीने अनेक जण कीटकांच्या डिशेसवर ताव मारतात. कीटक खाणे याअर्थी एंटोमोफॅगस (Entomophagous) असा शब्द वापरण्यात येतो. हा शब्द ग्रीक भाषेतील दोन शब्दांपासून बनवला आहे. पहिला शब्द एंटोमो म्हणजे 'कीटक'. यावरून एंटोमोलॉजी म्हणजे कीटकविज्ञान किंवा कीटकशास्त्र हा शब्द तुम्हाला नक्की माहीत असेल. दुसरा शब्द फॅगॉ म्हणजे 'खाणे'. रक्तातले नको असलेले किंवा घातक असलेले जिवाणू, विषाणू यांना खाऊन फस्त करणाऱ्या पेशी म्हणजे पांढऱ्या पेशी (White Blood Cells) रक्तात असतात, हे तुम्हास माहीत असणारच. त्याना फॅगोसाईट्स (Phagocytes) असा शब्द आहे.

थोडक्यात एंटोमोफॅगस म्हणजे कीटक खाणे किंवा कीटकभक्षण! मेक्सिकन मंडळी कीटक खाण्यात साऱ्या जगात अव्वल समजली जातात. असे म्हणतात, की जगात जवळपास ८०% लोक कीटकभक्षक आहेत.

आज जवळपास हजार जातीचे कीटक या ना त्या स्वरूपात खाल्ले जातात. उदाहरणार्थ चिलटांपासून तयार केलेला कुंगू केक आफ्रिकेत अनेक ठिकाणी

खाल्ला जातो. एकट्या मेक्सिकोत २०० प्रकारचे कीटक वापरून अनेक खाद्यपदार्थ बनवले जातात. त्या पदार्थांना इतकी मागणी आहे, की त्यामुळे कीटकांच्या ४० प्रजाती नाहीशा होण्याच्या मार्गावर आहेत. एका मोठ्या टकिला नावाच्या फुलपाखराच्या सुरवंटाचा भाव एका किलोला अडीचशे डॉलर असतो.

कीटक वापरून बनवलेल्या पदार्थांचे पोषणमूल्य निश्चितच उच्च आहे. मांस व मासे यांपेक्षा काही कीटकांत प्रथिनांचे प्रमाण जास्त आहे. एक प्रकारच्या जिप्सी मादी पतंगाचे शरीर ८०% प्रथिनयुक्त असते. प्रथिनांबरोबर कीटकांद्वारे जीवनसत्त्वे व आवश्यक खनिजपदार्थ मिळतात. अंगोलात एक प्रकारचा सुरवंट खाल्ला जातो, त्यातून लोह, जस्त व थायामीन मिळते. मोठ्या प्रमाणावर अन्नपदार्थ बनवताना कितीही काळजी घेतली, तरी बारीकसारीक कीटक अथवा त्याचे छोटे-मोठे अवयव त्या पदार्थांत येतातच. जर ते ओळखूच आले नाहीत, तर आपण ते अनवधानाने खाणारच. दृष्टीआड सृष्टी! अमेरिकेच्या संघराज्यातील अन्न व औषध नियंत्रक संस्थेने त्याबद्दल मार्गदर्शक तत्त्वे, मोकळीक स्पष्ट केली आहे. उदाहरणार्थ, २२५ ग्रॅम मॅकारोनीत विविध प्रकारच्या कीटकांचे २०० खंड चालतील, असे नमूद केले आहे. यावरून पदार्थांत कीटकांचे प्रमाण असणे हे अगदी अपरिहार्य आहे, हे तुमच्या लक्षात येईल.

असे म्हणतात, की गेल्या कित्येक हजार वर्षांपासून माणूस कीटकभक्षण करत आला आहे. विकसित देशांत हे प्रमाण संपुष्टात आले तरी कसे, असा प्रश्न पडतो. कीटकशास्त्रज्ञांच्या मते; याला संस्कृती, त्यातील रीतिरिवाज, तत्त्वे इत्यादी कारणे आहेत. कोणत्याही कीटकवर्गातला प्राणी आपल्याला तिरस्करणीय, घाण वाटतो. कीटकांच्या तर्फे अनेक प्रकारच्या व्याधी, रोग पसरतात; हे आपण जाणतोच. यामुळे मध्यंतरी कीटकवर्गाचा वापर कमी झाला होता. गेल्या एक-दीड दशकापासून हे प्रमाण पुन्हा धीम्या गतीने का होईना, वाढते आहे. कीटक घालून करायच्या पदार्थांच्या कृती असलेली पुस्तके वाढत्या संख्येने उपलब्ध होत आहेत. त्यांचा खपही चांगला आहे. एवढे असून कोणतेही सुपरमार्केट वा मॉल्स यांमधील फूड कोर्टात कीटक असलेले पदार्थ अभावानेच दिसतात. अर्थात युरोप, अमेरिका, कॅनडा व चीन-जपान इकडेच हे चित्र आहे. आपल्या देशात कीटक खाणे ही कल्पनाच शिसारी आणणारी आहे.

अन्नपदार्थ बनवणारी लंडनमधील एक कंपनी तर मुंग्या-मुंगळे चॉकलेट सिरपमध्ये बुडवून किंवा त्यांना चॉकलेट थराने मढवून विकते. त्या कंपनीचे नावच एडिबल (Edible) आहे. तरुण मंडळींत चॉकलेटी मुंगळे, मुंग्या लोकप्रिय आहेत. पाने कुरतडणाऱ्या मुंग्या घालून केलेले 'टोस्ट' हा त्या एडिबल कंपनीचा दुसरा लोकप्रिय पदार्थ! दुकानात आल्या आल्या तो खूप झटपट संपतो, असे दृश्य सर्व

ठिकाणी दिसते. काही मोठे प्राणी, टूनासारखे खूप चविष्ट मासे हळूहळू संपत चालले आहेत. खाण्यासाठी या व इतर प्राण्यांची हत्या इतक्या मोठ्या प्रमाणावर होते आहे, की माणूस 'अधाश्याचा बाप' शोभेल. मोठे प्राणी कमी पडले, म्हणून माणसाचे लक्ष कीटकांकडे जाते आहे. पृथ्वीपाठीवर ६५ ते ७०% कीटकच आहेत. उरलेल्या ३०% मध्ये आपण बाकीचे प्राणी येतो. तरीही माणसाच्या भुकेला काही अंत नाही. माणसाच्या स्वभावात ना तारतम्य दिसते, ना सामंजस्य! काही शतकांनंतर मुंग्या दिसत नाहीत, डास गायब झालेत, झुरळे औषधालाच काय ती उरली आहेत, असे चित्र कदाचित समोर येण्याची शक्यता आहे. पृथ्वीवरील माणसासह सर्व सजीवांचा अंत माणूस करणार की काय, असे वाटू लागले आहे.

टेरॉई

टेरॉई (Terroir) हा एक फ्रेंच शब्द आहे. त्याचा साधासरळ अर्थ आहे 'माती'. यावरून इंग्रजीत आलेला 'टेरा' शब्दही माती याच अर्थाचा आहे. त्याच शब्दाचा वापर करून बनलेला 'टेराकोटा' हा शब्दही आपल्या चांगल्या परिचयाचा आहे. भूप्रदेश या अर्थी वापरला जाणाऱ्या टेरेन या शब्दाचे मूळही टेरॉईच आहे. त्यावरून टेरेन (Terrain) किंवा टेरेस्ट्रियल (Terrestrial) याचे अर्थही पृथ्वीसंबंधी, जमिनीसंबंधी, जमिनीवरचा किंवा मृण्मयी असेच आहेत. वनस्पतीविश्व व माती यांचे नाते मूलभूत व अतूट आहे. पिकाचा उतारा, गुणवत्ता ही मातीच्या गुणधर्मांवरच अवलंबून आहे, असते; हे सत्य आपल्याला अनेक सहस्रकांच्या अनुभवावरून समजले आहे. मात्र जगभरातले वाईन तयार करणारे व त्यासाठी विशिष्ट प्रकारची द्राक्षे पिकवणारे यांच्या दृष्टीने टेरॉई किंवा मातीला अनन्यसाधारण महत्त्व आहे.

वाईन्स बनवणाऱ्यासाठी द्राक्षाच्या ज्या जातीची लागवड केली जाते, त्यात साखरेचे प्रमाण कमी असावे लागते. वाईन म्हणजे उत्तम प्रतीच्या द्राक्षापासून बनवलेली दारू. वाईन ही सहसा गोड नसते, पण त्यातही एक 'आईस वाईन' (Ice Wine) नावाची वाईन चवीला गोड असते. द्राक्षमळेवाली मंडळी पहिले हिम (Frost) पडेपर्यंत वाट पाहून, मग ती द्राक्षे कुस्करून, आंबवून त्याची दारू बनवतात. ही द्राक्षे काही काळ हिमाच्छादित ठेवण्याची रीत असते. या वाईनलाच 'आईस वाईन' म्हणतात. आपण खातो ती द्राक्षे चवीस गोड असतात. द्राक्षाचा गर जास्त असून साल पातळ असते. मात्र वाईनसाठी वापरली जाणारी द्राक्षे ही अगोड असतात. ती बहुधा रंगाने काळी, जांभळी, तपकिरी अशा रंगांची असतात. वाईनसाठी हिरवी द्राक्षे वापरली जात नाहीत. द्राक्षाचा रस आटवल्यावर नंतर तयार होणारा द्रवपदार्थ लाकडी पिंपांतून हवाबंद स्थितीत ८ ते १० वर्षे साठवला जातो. त्यानंतरच त्याची उत्तम प्रतीची दारू बनते. 'वाईनरी'साठीच काय तो वापरला जाणारा 'टेरॉई' शब्द; पण त्याची अचूक व्याख्या आपल्याला अजून करता आलेली नाही.

'टेरॉई' हा शब्द प्रामुख्याने वाईनसाठी लागणाऱ्या द्राक्ष लागवडीसाठीची माती वा जमीन यांच्याकरता वापरला जातो. पाऊस, तापमान, वातावरण, हवेतले पाण्याचे प्रमाण, द्राक्षाचे वाण यांवर जशी वाईनची गुणवत्ता अवलंबून असते; तशी ती मातीच्या प्रतीवरही अवलंबून असणार, यात आश्चर्यकारक काही नाही. फार पूर्वीपासून फ्रान्स, इटली या युरोपातील देशांतल्या विशिष्ट भागातच पिकणाऱ्या द्राक्षाची वाईन गुणवत्तेत सरस ठरत आली आहे. वाईनच्या दृष्टीने प्रदेशमाहात्म्य असण्याचे हे एक कारण आहे.

फ्रान्समधील बर्गंडी (Burgundy) व शॅंपेन (Champagne) या दोन शहरांतील वातावरण, हवामान व टेरॉई किंवा जमिनप्रत ही सर्वांत उत्तम समजली गेली आणि आजही समजली जाते. पिनॉ नॉई (Pinot Noir) द्राक्षासाठी तर ही दोन्ही स्थळे वरदानच ठरली आहेत. आधुनिक काळात न्यूझीलंड व कॅलिफोर्निया या भागातली जमिनीची व मातीची प्रत, हवामान पिनॉ नॉईसाठी उत्तम असल्याचे लक्षात आले आहे. जगभरातील वाईन्स तयार करणारी मंडळी बर्गंडी व शॅंपेन प्रदेशासारखी माती अन्य कुठे मिळते का, ते तपासून बघत आहेत. त्यांना तसे एकही ठिकाण अद्याप मिळालेले नाही. काहींच्या मते मात्र, मातीच्या गुणवत्तेला इतके महत्त्व देण्याचे काही कारण नाही. हवामान, तापमान यांसारखे घटकही खूप महत्त्वाचे आहेत. टेरॉईच्या व्याख्येत हवामान, आर्द्रता व महत्त्वाच्या घटकांचा समावेश असला पाहिजे; असे तज्ज्ञांचे मत आहे. एखादे उत्तम वाण पोसायचे झाल्यास अगदी तशशी माती जरी कुठे नसली; तरी इतर घटकांचे नियंत्रण, संयोजन करून उत्तम वाईन्स बनवता येतीलच, असेही अभ्यासकांचे मत आहे. न्यूझीलंडमध्ये लागवड होत असलेल्या पिनॉ नॉई वाणाने त्यांचे मत पुरेसे स्पष्टपणे सिद्ध केले आहे.

प्राचीन काळी टेरॉईला दिलेले महत्त्व आधुनिक काळात कमी होताना दिसत आहे. त्यासाठी पुरेसे पुरावे हाती आले आहेत. मातीमधले खनिजांचे प्रमाण द्राक्षांची प्रत बदलवते. न्यूझीलंडमधल्या मार्लबरो भागात येणाऱ्या वाईनसाठीच्या द्राक्षांच्या लागवडीने टेरॉईचे महत्त्व पुष्कळच कमी केले आहे. मार्लबरोतील हवामान, तापमान, आर्द्रता हे घटक टेरॉईहून खूप महत्त्वाचे असून; त्याच्यामुळे द्राक्षाची गुणवत्ता ठरवली जाते, असे तेथील संशोधकांनी सिद्ध केले आहे. त्यावरून पुढे वाईनची गुणवत्ता व प्रत ठरते, हे ओघाने आलेच.

वाईनची चव जितकी महत्त्वाची, तितका किंवा त्यापेक्षा काकणभर जास्त तिचा स्वाद महत्त्वाचा! स्वाद ही जाणीव गंध व रुची या संवेदनांचे अफलातून मिश्रण करून मेंदू तयार करतो. नेहमीपेक्षा थंड हवामान वाईनच्या सुगंधास कारणीभूत असल्याचे आढळले आहे. ऑस्ट्रेलियात आलेला वेगळाच अनुभव संशोधकांना बुचकळ्यात टाकत आहे. दक्षिण ऑस्ट्रेलियातील क्लेट व्हॅलीत पिकणाऱ्या गुणवान

द्राक्षापासून एक अप्रतिम सुगंधी वाईन तयार होते. ही वाईन जगात वाखाणली गेली आहे. मात्र त्या ठिकाणचे हवामान तसे गरमच म्हणता येईल. द्राक्षाचे वाण व लागवडपद्धत हे घटकही महत्त्वाचे ठरतात, असेही काही संशोधकांनी सिद्ध केले आहे. वाईन बनवण्याची, तिच्या साठवणीची पद्धत वाईनचे गुणधर्म ठरवतेच. तरीही एखादे पीक, फळभाजी, फुलझाड वा एकूणात वनस्पती यांचे नाते मातीशी जास्त दृढ असणार; हे कोणीही मान्य करेल.

या सर्व निरीक्षण, अनुभव यांमुळे टेरॉईची व्याख्या करणे अवघड होते आहे, यात आश्चर्य ते काय? टेरॉईच्या व्याख्येत विशिष्ट ठिकाणी असलेल्या दऱ्या, नद्या, झरे इत्यादींचा सहभाग असणे आवश्यक आहे; असे काहींना वाटते. द्राक्षाच्या झाडाची मुळे जमिनीत ६० ते ९० सेंटीमीटरपर्यंत जातात. त्यामुळे मातीचा थर सारख्या पोताचा असणे व त्याची किमान जाडी एक मीटर असणे गरजेचे ठरते. मातीत असणारी बारीक वाळू, चिकणमाती व गाळ यांचे प्रमाणही महत्त्वाचे ठरते. यामुळेच टेरॉई म्हणजे माती, हे समीकरण सोपे दिसले; तरी ते खूपच क्लिष्ट आहे, हेच खरे.

स्किटलिंग

माणसांनाच नव्हे, तर प्राण्यांनाही अनेक बऱ्या वा वाईट सवयी असतात. सवयीचे व्यसन चोरपावली होते; त्यामुळेच ते कधी झाले तेच कळत नाही. एखादे व्यसन सुटणे-सोडवणे त्या व्यक्तीच्या मनाच्या निग्रहावरच काय ते अवलंबून असते. नियम, कायदा, शिक्षण वा शिकवण यांचा फारसा उपयोग परिणाम होत नाही. सवयीचेच व्यसनात रूपांतर होत असल्याने, व्यसन कसलेही असू शकते. सवय चांगली उपकारक असेल, तर मग त्याला व्यसन म्हणत नाहीत. सकाळी उठून व्यायाम करण्याची सवय असेल आणि तिचे जरी व्यसनात रूपांतर झाले, तरी ती आरोग्यदायी गोष्ट असते. चांगले अक्षर काढणे ही सवयही उत्तमच ठरते. एखाद्या सवयीचे व्यसन होते; त्याचे कारण त्यापासून काही लाभ, फायदा होतो म्हणूनच! लाभ हा दर वेळी पैशात मोजला पाहिजे असे नाही. मानसिक, शारीरिक लाभही असतात. छान वाटणे, आनंदी होणे, निष्काळजी वाटणे या स्थिती ज्यामुळे येतात; त्यांचे व्यसन लागते. सस्तन प्राण्यांच्या मेंदूत एक सुख केंद्र वा आनंद केंद्र (Pleasure Centre) असते. हे उंदीर, ससे व माणूस यांवरील प्रयोगाने सिद्ध झाले आहे. व्यसनातून सुख मिळत असताना, त्यातला दु:खाचा पदर किंवा वेदनेचा ताण विसरला जातो. व्यसनातून मिळणारे सुख, आनंद दीर्घकालीन नसतो. आज जगात कोट्यवधी माणसे कोणत्या ना कोणत्या तरी व्यसनाच्या अधीन झालेली आहेत. दिवसेंदिवस त्यातले तरुण वर्गाचे प्रमाण वाढत आहे आणि समाजापुढची तीच एक चिंतेची गोष्ट आहे. पूर्वानुभवातून शहाणे होणे, शिकणे इतके शहाणपण माणसात नाही. असे असून, माणूस सगळ्यांत बुद्धिमान का म्हणायचा, हेच कळत नाही.

गेल्या तीन-चार वर्षांत म्हणजे साधारण सन २००३ पासून एक नवी व्यसनलाट येऊ पाहत आहे. सर्दी, खोकला, कफ यांवरची द्रवरूप सिरप्स, पिण्याचे पाणी किंवा त्या गोळ्या खाण्याचे व्यसन तरुणांमध्ये वाढते आहे. ही

औषधे कोणालाही चटकन मिळू शकतात. बहुतेक सर्व कफ सिरप्स, मिक्स्चर्स यांमध्ये एक 'डेक्स्ट्रो मेथॉर्फेन' (Dextro Methorphen) नावाचा रासायनिक पदार्थ असतो. त्याचे संक्षिप्त रूप DXM आहे. या द्रव्यावर प्रक्रिया करण्याचे कार्य यकृत करते. त्यातून 'डेक्स्ट्रोफेन' (Dextrophan) किंवा DX हा रासायनिक पदार्थ तयार होतो. ही औषधेच जास्त प्रमाणात घेणे, याचेच व्यसन तरुण मुलामुलींत दिसू लागले आहे. आज हे विकसित राष्ट्रांतून दिसते आहे. विकसनशील देशांत ते यायला वेळ लागणार नाही. अलीकडे आपल्या देशात शहरी भागांतही हे व्यसन आढळू लागले आहे. विकसित देशांतली स्वच्छता, शिस्त, कायदेपालन करण्याची वृत्ती या चांगल्या गोष्टी मात्र विकसनशील देशांत उशिराने येतात किंवा येतच नाहीत. ही औषधे घेतल्याने म्हणे सुखी, आनंदी वाटते. एक प्रकारचा मोकळेपणा वाटतो, निर्धास्त वाटते. या प्रथेला 'स्किटलिंग' (Skittling) असा शब्द वापरतात. यालाच 'रोबोट्रिपिंग' (Robotripping) असाही एक शब्द आहे.

आजारी व्यक्तीने या औषधाचा सहा तासांनी ३० मिलिग्रामचा एक डोस घेणे अपेक्षित असते. त्यातले DXM द्रव्य खोकला थांबवते व शरीरास अपायकारकही ठरत नाही. तेवढ्या DXM वर प्रक्रिया करण्याचे काम यकृत सहजगत्या करते. मात्र व्यसनी तरुण-तरुणी हे औषध १५० मिलिग्राम ते २००० मिलिग्राम इतक्या मोठ्या प्रमाणावर घेतात. त्यामुळे तरंगल्यासारखे वाटते, आनंद होतो, सुखी वाटते. हे खरे असले; तरी इतक्या मोठ्या प्रमाणावर आलेल्या DXM चा समाचार यकृत नीट घेऊ शकत नाही. त्याचा थेट परिणामही मेंदूवर होतो. मेंदूतील मज्जापेशींतील परस्परातले दळणवळण थंडावते, बिघडते. अशांच्या रंगजाणिवा बदलतात, म्हणजे रंगांची ओळख नीट होत नाही. याहीपेक्षा जर DXM ची मात्रा जास्त झाली, तर आपण आपल्या शरीराबाहेर आहोत आणि आजूबाजूचे बघतो आहोत, अनुभवत आहोत, असा अनुभव येतो. याला इंग्रजी 'आऊट-ऑफ-बॉडी एक्स्पीरियन्स' (Out of body experience) म्हणतात. हा एक आभासच असतो. असाच आभास 'केटामाईन' (Ketamine) सारखी दुसरी द्रव्येही निर्माण करतात. या कफ, सर्दी यांवरील औषधांच्या गोळ्या तर लोक लिमलेटच्या गोळ्यांप्रमाणे खातात.

सन २००६ मध्ये केलेल्या पाहणीनुसार, ही औषधे १७ व १८ वर्षे वयाच्या मुलामुलींपैकी ७ ते १०% घेतात. याच साली DXM चा दुरुपयोग लक्षात आला. १९९९ मध्ये अशा औषधांचेही तरुणांनी व्यसनात रूपांतर केले आहे, असे लक्षात आले. पुढील पाच वर्षांत व्यसनी व्यक्तींची संख्या दुपटीने वाढली. ही औषधे मोठ्या प्रमाणात घेण्याने झटके येणे, श्वसनात अडथळा येणे ही लक्षणे सर्रास दिसतात. या वेगळ्या व्यसनामुळे अद्याप कोणाचाही मृत्यू झालेला नाही, हे सुदैवच म्हटले पाहिजे. भविष्यात काय होईल कोण जाणे? या प्रकारच्या औषधात बहुतेकदा

एखादे तरी वेदनाशामक असतेच. ते बहुतेक वेळा पॅरासेटामॉल असते. याचे जास्त प्रमाण यकृतावर अनिष्ट परिणाम करते. यासाठीच वेदनाशामक औषधे उठसूट घेऊ नये, असे सांगण्यात येते.

याचा प्रसार झाला तो इंटरनेटद्वारा, ही एक गंभीर गोष्ट आहे. अनेक वेबसाईट्स अशा आहेत, की ही औषधे घेतल्याने काय काय परिणाम होतो, त्याची साद्यंत माहिती देतात. त्याचे घातक परिणाम सांगणाऱ्यासुद्धा साईट्स आहेत. ही औषधे कोणीही विकत घेऊ शकतो. आता ती फक्त प्रौढांनाच मिळतील, अशी पद्धत दुकानदारांनीच पाडली आहे. त्यामुळे तरुणांचे लक्ष तसल्याच दुसऱ्या औषधांकडे वळले आहे. याला काय करायचे? कसे थांबवायचे? तारतम्य ठेवले नाही, तर याला अंत नाही. स्वयंशिस्त व स्वयंनियंत्रणच व्यसनापासून सुटका करू शकतो.

प्लॅजिऑरिझ़म

ऐकलेला चांगला विचार, वाचलेले अर्थवाही व मनाला भिडलेले वाक्य दुसऱ्याला सांगावेसे वाटतेच! ही एक नैसर्गिक प्रवृत्ती असावी. एखादी चांगली शिकार त्या दोन झाडांच्या परिसरात हाती आल्याचे वृत्त एखादा कोल्हा, वाघ आपले आप्त, मित्रमैत्रिणींना सांगतही असेल. वाचलेला शब्द, विचार पटला मित्रमैत्रिणी यांना; तर तो बऱ्याचदा आपल्याकडून वापरला जातो. एरवी, इंग्रजी न येणाऱ्यांना एखादा शब्द आला, अर्थ कळला; तर तो शब्द सारखा वापरण्याची वृत्ती आपसूक येते, हा अनुभव आपण घेतलेला असतोच. एखादी म्हण किंवा समर्पक वाक्प्रचार आपण सहजतेने वापरतो. आवडते गाणे वा एखादी धून कधीकधी आपण दिवसभर गुणगुणतो. बऱ्याचदा आपल्या वाचनात एखादे समर्पक वर्णन येते, ते आपल्या लक्षात राहते. पुढे कधी तरी काही लिहिताना ते स्मृतिकोशातून समोर येते व त्याचा उपयोग आपल्या हातून होतो. कोणी चाणाक्ष वाचक ते बरोबर शोधतो व आपल्यावर वाङ्मयचौर्याचा आरोप करतो. तुम्ही खरेच चोरले असेल, तर तुम्ही एकतर खजील होता किंवा तो आरोप धुडकावून लावता. ती गोष्ट जर अनवधानाने झाली असेल, तर तुम्ही क्षमा मागता. जगात अनेक ठिकाणी वाङ्मयचौर्य, संगीतचौर्य होत असते. काही लक्षात येते, तर काही नाही. नाही तरी, सापडल्यानंतरच गुन्हा होतो, हे खरेच! वाङ्मयचौर्यासाठी 'प्लॅजिऑरिझम' (Plagiarism) असा शब्द योजला आहे.

कोणी जुन्या पुस्तकातले उतारे आपल्या पुस्तकात घेतो, कोणी दुसऱ्याने केलेले संशोधन आपल्या नावावर खपवायला पाहतो, कोणी कोणाची मध्यवर्ती कल्पना उचलतो; कोणी दुसऱ्याचे गाणे, चाल, धून पळवतो. आजकाल आंतरजालाच्या युगात विद्यार्थी आपल्या निबंधात घेण्यासाठी इतरांच्या पुस्तकातले उताऱ्याच्या उतारे डाऊनलोड करतो व वापरतो. कापा-जोडा किंवा कट अँड पेस्ट ही प्रवृत्ती बोकाळली आहे. याचे खापर कोणी इंटरनेटवर फोडतो, तर कोणी गूगलवर! कायदे आहेत,

कानून आहेत; पण वाङ्मयचौर्य होतेच, पुढेही होईल.

विद्यार्थीवर्गाचे वाङ्मयचौर्य मात्र आता त्यांना महागात पडू शकते. विद्यार्थ्यांनी लिहिलेल्या निबंध, कथा व इतर उतारे यांतील समानता तपासणारी यंत्रणा युरोप, अमेरिकन राष्ट्रांनी वापरावयास सुरुवात केली आहे. त्या संगणकप्रणालीचे नाव 'टर्निटिन' (Turnitin). दिलेला उतारा अस्सल आहे, की कोणाची नक्कल आहे व असल्यास त्यातील वाङ्मयचौर्याची टक्केवारी त्यातून कळू शकते. कोणी कोणाचे किती चोरले आहे, ते यातून स्पष्ट होते. नक्कल करताना ती हेतूत: केली आहे, की अनवधानाने; ते मात्र समजणे गरजेचे असले, तरी आज ते अशक्य आहे. निळ्या नभाखाली सर्वस्वी नवे असे काही नसते, असे म्हणतात. एखादी कल्पना केवळ एकाच व्यक्तीला काही सुचत नाही. ती कल्पना पूर्वी कोणाला तरी सुचलेली असते, तिचा उपयोगही कदाचित होऊन गेलेला असतो. कथा-कादंबऱ्यांतून वर्णन केलेले प्रसंग, घटना, निसर्गवर्णन, भावनाप्रदर्शन, शब्दमांडणी, वाक्यरचना यांत साम्य असू शकते. त्यामुळे एखाद्यावर वाङ्मयचौर्याचा आरोप करणे, तसे अवघडच आहे.

एक प्रख्यात उदाहरण हेलन केलर हिचेच आहे. लहान असताना तिने एक गोष्ट लिहिली होती. ती गोष्ट त्याहीपूर्वीच्या एका गोष्टीवरून हेलनने बेतली होती, असा आरोप केला गेला. वास्तवात हेलन केलर बहिरी, आंधळी होती. तिला एक कथा लहानपणी कुणी वाचून दाखवली होती. ती गोष्ट काही काळातच ती विसरून गेली. कालांतराने तशीच गोष्ट तिने लिहिली; तिला वाटले, की ती तिलाच सुचली आहे. तिच्यावर केल्या गेलेल्या वाङ्मयचौर्यच्या आरोपामुळे पुढे तिने लिहिणे सोडून दिले. अशा घटना अनेकदा घडतात. वाङ्मयचौर्याबद्दल ती मंडळी शिक्षा भोगतात, दंड भरतात. पुस्तके जाळली जातात. आता अलीकडे एकाद्या अवतरणाचेही श्रेय ज्याचे त्याला देऊन टाकण्याची एक पद्धत लेखकांत पडत चालली आहे. निदान विज्ञान-तंत्रज्ञानाच्या पुस्तकात तरी!

अनावधानाने केलेल्या वाङ्मयचौर्यास 'क्रिप्टोम्नेशिया' (Criptomnesia) असा शब्द आहे. असे कसे होते, हा प्रश्न मेंदू अभ्यासकांसमोर आहे. १९९३ मध्ये मार्सिया जॉन्सन या मानसशास्त्रज्ञ विदुषीने यावर संशोधन केले. आपल्याला आज असलेली माहिती, आपल्याला कधी व कोठून मिळाली, ते बहुतेक विसरले जाते. त्यामुळे आपणच पूर्वी लिहिलेले वाक्य, कल्पना, वर्णन नव्याने लिहिले जाते. यालाच इंग्रजीमध्ये 'सेल्फ-प्लॅजिऑरिझम' (Self-Plagiarism) असा शब्द वापरतात. यात अधिक सखोल संशोधन केल्यावर असे आढळले, की आपल्या अंगी असलेले एखादे कौशल्य आपण पूर्वी कधी तरी शिकलो होतो, याचेही विस्मरण होते. टर्निटिन या प्रणालीने हेतुपुरस्सर केलेले लेखनचौर्य स्पष्टपणे समजून येते.

पूर्वी वाचलेले उतारे, कविता, अवतरणे बऱ्याच जणांना पाठ असतात. कालांतराने काही बारकावे लक्षात राहत नाहीत. शब्दश: असा तो उतारा लक्षातच राहत नाही. आणखी काही काळाने तो उतारा कुठे, कधी वाचला होता; ते आठवत नाही. आपल्या प्रत्येकाच्याच बाबतीत ते घडते, त्यामुळे त्यात आश्चर्य काही नाही. असे झाल्यास बिचकून जाण्याचे कारण नाही. ते पूर्ण नैसर्गिक, साहजिकपणे होणारे आहे. त्यातूनच मूळ कल्पना, मध्यवर्ती घटना चोरली जाते; पण शब्द, वाक्यरचना, मांडणी यांत खूप फरक पडलेला असतो. अशा वेळी त्यातला हेतू कळणे कठीण जाते. मार्क ट्वेन हा सुप्रसिद्ध साहित्यिक तर म्हणतो की, 'जगातले सारे वाङ्मय हे वाङ्मयचौर्यातूनच जन्मलेले असते.' मार्क ट्वेनच्या या विधानावर त्याला काय आणि कोण उत्तर देणार?

ज्वालास्फटिक

जगात ज्याचा बुद्ध्यांक कोणीही आजपर्यंत पार करू शकलेला नाही, असा फ्रान्सिस गॅलेन इ.स. दुसऱ्या शतकात होऊन गेला. तो अत्यंत कसबी, चतुर, हुशार होता. त्याच्याआधी इ.स. पहिल्या शतकात काकापुतण्याची एक जोडी होऊन गेली; तीही हुशार, कर्तबगार होती. त्यांना थोरला (Senior) प्लिनी व धाकला (Junior) प्लिनी या नावे ओळखले जाते. सन ७९ चालू होते. व्हेसुव्हिअस ज्वालामुखी जेव्हा झाला, तेव्हा ते दोघेही नेहमीप्रमाणे भटकंती करत होते. धाकला प्लिनी ज्वालामुखीपासून थोडा दूर होता. त्याने घडलेले ज्वालानाट्य-नृत्य पाहिले, अनुभवले. काका तितका नशीबवान नव्हता. त्याला ज्वालामुखीतून निघालेला धूर, राख, वाफ यांमुळे गुदमरायला झाले. तो बेशुद्ध झाला. शुद्ध हरपण्याअगोदर त्याने ते भीषण नाट्य बघितले. त्या दोघांनी त्याचे साद्यंत वर्णन केले आहे. याच व्हेसुव्हिअसच्या उकळत निघालेल्या लाव्हाने पॉम्पी व हर्क्युलियम ही दोन शहर गिळंकृत केली. आगीचा डोंब जो आकाशात उंच उसळला, त्याचे वर्णन करताना प्लिनीने पाईन वृक्षाची उपमा दिली. अन्य कोणत्या वृक्षाचा विचारही मी करू शकत नाही, असे त्याने म्हटले आहे. त्या पाईन वृक्षाला एक भक्कम खोड आणि अगदी वर असलेल्या फांद्यांचा प्रचंड विस्तार, असे ते ज्वालामुखीचे दृश्य दिसत होते, असे प्लिनी म्हणतो.

ज्वालामुखीच्या अभ्यासकांना एक प्रश्न नेहमी पडतो, की इतक्या मोठ्या प्रमाणावर लाव्हा जमा तरी कसा होतो? त्याचे त्रैराशिक मांडता येईल का, असेही त्यांच्या मनात असतेच. व्हेसुव्हिअस फुटला, लाव्हा वर उसळला. त्याचे प्लिनीने जे वर्णन केले त्यावरून, त्याला भूगर्भातून उकळत्या लाव्हाचा प्रचंड पुरवठा बराच वेळ होत होता की काय, अशी शंका आली. नंतर झालेल्या संशोधनातून असे लक्षात आले व सिद्धही झाले; की ज्वालामुखी फुटायच्या, उसळायच्या अगोदर त्याने अनेकदा लाव्हारसाचे साठे विविध काळात जमा केलेले असतात. वरच्या तोंडावरच्या दगडधोंड्यांना जेव्हा दाब सहन होत नाही, तेव्हाच तो फुटतो. त्याचबरोबर तेवढे तापमान, दाब आत तयार

होणेही महत्त्वाचे असते. ज्वालामुखींच्या लाव्हा रस जमा करण्याच्या पद्धतीला शास्त्रज्ञांनी जेवण्याची उपमा दिली आहे. एवढेच नव्हे; तर ज्वालामुखी न्याहारी, दुपारचे जेवण व रात्रीचे जेवण करतो, अशीही कल्पना केली आहे. त्यावरून आधुनिक काळातील ज्वालामुखी अभ्यासकांच्या मते व्हेसुव्हिअस उसळायच्या अगोदर त्याचे न्याहारी, दुपारचे जेवण झाले होतेच; त्याबरोबर सायंकाळची चहा-बिस्किटेही त्याने खाल्ली होती! अर्थात, त्याच्या या प्रत्येक खाण्यापिण्यात साठ-सत्तर वर्षांचे अंतर होते.

हे असे तर्क करण्यासाठी ज्वालामुखीतून जे जे बाहेर पसरते, उडते; त्याचा अभ्यास आवश्यक ठरतो. संशोधक व अभ्यासक यांनी सन ७९ मध्ये व्हेसुव्हिअसच्या उद्रेकातून बाहेर पडलेल्या पदार्थांचे अनेक स्फटिक शक्तिशाली सूक्ष्मदर्शक यंत्राद्वारे काळजीपूर्वक तपासले. त्यावरून त्यांना लाव्हारसात असलेले घटक पदार्थ समजू शकतात. याला 'ज्वालास्फटिक' (Volcano Crystal) असा शब्द वापरतात. एकाच वेळी जर खूप लाव्हा जमा झाला असेल, तर त्यातील ज्वालास्फटिकांचा आकार साधारणत: सारखा असतो. त्यातल्या घटकांचे मिश्रण व त्यांचे प्रमाणही साधारणपणे सारखे असते. व्हेसुव्हिअसच्या उद्रेकाद्वारे झालेल्या ज्वालास्फटिकांत खूपच विविधता आढळली. याचाच अर्थ, व्हेसुव्हिअसने त्याचा लाव्हा वेगवेगळ्या वेळी जमा केला असणार, असा होतो. ज्वालास्फटिकांचे निरीक्षण ज्वालामुखीविषयी खूपच महत्त्वाची माहिती देतो. ज्वालास्फटिक तयार होतात, ते सुरुवातीला सूक्ष्म असतात व नंतर ते वाढत जातात. झाड वाढताना त्याच्या खोडात जशी वाढत्या त्रिज्येची वर्तुळे निर्माण होतात व त्यावरून झाडाची वाढ, आजूबाजूचे हवामान, तापमान यांची जशी माहिती मिळते; तसेच स्फटिकाच्या थरावरून केव्हा काय झाले असेल, त्याचा पत्ता लागतो. व्हेसुव्हिअसचे अगदी अलीकडचे स्फटिक खूपच समान आकाराप्रकाराचे होते, असे दिसते. परंतु सर्वांत जुन्या स्फटिकांत चार थर असलेले आढळले. स्फटिकाचे म्हणजेच लाव्हा रसाचे रासायनिक मिश्रण वेगवेगळे होते, हे यातून स्पष्ट होते. ज्या ज्या वेळी नवीन लाव्हा जमा झाला, त्या वेळी स्फटिकावर नवी सीमारेषा तयार झाली होती. रेषा, त्याची जाडी, संख्या यावरून संशोधकांना ज्वालामुखीचा स्फोट होण्याआधी त्याने केव्हा, किती व कशा प्रकारचा लाव्हा रस मिळवला, याच्याविषयी अंदाज करता आला. इ.स. ७९ मध्ये व्हेसुव्हिअस फुटण्याअगोदर किमान दीडशे वर्षे तो लाव्हा पोटात साठवत गेला होता.

व्हेसुव्हिअसप्रमाणे संशोधकांनी सिसिली बेटाच्या उत्तरेकडे असलेल्या स्ट्रॉम्बोली ज्वालामुखीचा अभ्यास केला. त्याने फुटण्याआधी १२०० वर्षे लाव्हा जमा केला असे आढळले. यातून कोणता ज्वालामुखी कधी फुटणार, याचे भाकीत करता येणे शक्य आहे. त्यामुळे तेथील रहिवाशांना सुरक्षित स्थळी हलवणे शक्य होईल. संशोधनामुळे लोकांचे प्राण वाचत असतील, तर ते फायद्याचेच आहे; नाही का?

बर्बल

आकाशातून स्वच्छंदपणे उडणारा पक्ष्यांचा थवा तुम्ही नक्कीच पाहिला असेल. पाखरांच्या स्वच्छंदी स्वातंत्र्याचा तुम्ही हेवाही केला असेल. पक्ष्यांच्या थव्यात एकाद-दोन पाखरे पुढे म्होरक्यासारखी उडत असतात. त्यांच्या मागे दोन्ही बाजूला एकमेकांपासून सुरक्षित अंतर राखून इतर पक्षी उडत असतात. कधी गडबड नाही, एकमेकांच्या पुढे जाणे नाही, धक्काबुक्की नाही, काही नाही. सगळा थवा आखून दिल्याप्रमाणे इंग्रजी व्ही (V) अक्षराकारात उडत असतो. विशिष्ट काळानंतर दोन वेगळी पाखरे पुढे म्होरक्या म्हणून उडू लागतात व जुनी मागून उडत राहतात. हे त्यांचे व्ही च्या आकारात उडणे का बरे होत असेल? त्याचा काही फायदा आहे का? हे असे प्रश्न कधीतरी तुमच्या मनात डोकावले आहेत? नसतील बहुतेक. पक्ष्यांच्या व्ही आकारात उडण्यामागे, काही वेळानंतर म्होरक्या बदलणे यांमागे शास्त्रीय कारण आहे. पक्षी जेव्हा व्ही आकारात उडतात, त्या वेळी कमी कष्टात ते खूप दूरचा प्रवास करू शकतात. कसे बरे शक्य होते हे? त्याचे उत्तर आहे– बर्बल (Burble).

थेट उत्तर मिळवण्याअगोदर आपण एका खेळाची थोडी माहिती घेऊ या. त्या खेळाचे नाव आहे 'स्कायडायव्हिंग' (Sky-diving). या खेळाचे चित्रण तुम्हाला डिस्कव्हरी वा नॅशनल जिओग्राफिक या चॅनेलवर पाहायला मिळाले असेल. यातले खेळाडू विमानातून विशिष्ट उंचीवर जातात. ती उंची गाठल्यावर एकेक खेळाडू उडी मारून विमानाबाहेर पडतो व साहजिकच गुरुत्वप्रेरणेने खाली येऊ लागतो. थोड्याच क्षणात दुसरा, पाठोपाठ तिसरा असे खेळाडू उड्या मारतात व खाली येऊ लागतात. खाली येतायेताच ते एकमेकांचे हात, पाय धरून एक रचना, मांडणी तयार करू लागतात. कधी कधी या रचनेत तीस-चाळीसच काय, पण शे-दीडशे खेळाडूदेखील असतात. अशी तयार झालेली रचना विलक्षण वेगाने खाली येत असते. विशिष्ट उंचीवर खाली पोहोचले, की एकेक खेळाडू त्या रचनेतून सुटा होतो व आपले

पॅराशूट उघडून सावकाश, सुखरूप जमिनीवर परत येतो. यातला प्रत्येक जण ताशी दोनशे किलोमीटर वेगाने खाली झेपावत असतो. या वेगाला अंतिम वेग (Terminal Velocity) म्हणतात. ताणलेले हातपाय, ताणलेली सरळ पाठ, कणा व त्याचा विशिष्ट असा बाक; यांमुळे तुमचे शरीर समतोल राहते व तुमची दिशाही स्थिर राहते. यामुळेच हे स्कायडायव्हर्स विशिष्ट रचना बनवू शकतात. यात मागाहून उडी घेणारा भिडू जर चुकून तुमच्यापासून थोड्या अंतरावर, पण तुमच्या खाली आला; तर मात्र अपघात ठरलेला. तुम्ही डगमगू लागता, कोलमडू लागता. अशा वेळी नियंत्रण परत आणणे वा पॅराशूट उघडणे हेच पर्याय तुमच्याकडे असतात. त्याला क्षणाचाही विलंब झाल्यास, थेट मृत्यूशी गाठ पडते. हे सारे घडते ते बर्बलमुळेच!

एखादी वस्तू वरून वेगाने खाली येताना, तिच्यामागे थोडीशी निर्वात पोकळी निर्माण करते. पोकळी झाल्या झाल्या आजूबाजूची हवा वेगाने तेथे घुसते. त्यामुळे त्या भागात थोडी वादळीच स्थिती तयार होते. पाण्यातून बोट पुढे जात असता तिच्यामागे दिसणारी फेसाळ पाण्याची अस्ताव्यस्त हालचाल, हे दुसरे उदाहरण होय. हे तुम्ही अनेकदा पाहिले असेल. पडणाऱ्या वस्तूमागे साधारण एक मीटरपर्यंत अशी स्थिती सततच तयार होत असते. या सर्व प्रकारास बर्बल (Burble) असा शब्द वापरतात. हे बर्बल जीवघेणे ठरू शकतात. काहींच्या बाबतीत ठरलेले आहेत. बर्बलमध्ये सापडल्यास काय होते?

खेळाडू जेव्हा केवळ गुरुत्वप्रेरणेमुळे, मुक्तपणे एखाद्या दगडासारखा खाली पडत असेल; तर तो त्याची दिशा व वेग हातपाय योग्य प्रकारे हलवून नियंत्रित करू शकतो. यानुसार तो त्याच्या शरीरावरची हवेमुळे होणारी प्रेरणा (Force) ठरवू शकतो. जर आपण बर्बलमध्ये अडकलो, तर मात्र आपले आपण नियंत्रण करू शकत नाही आणि आपण कोलमडू लागतो. जेव्हा खेळाडूंची संख्या जास्त असते, तेव्हा तर हा धोका खूपच वाढतो. जेव्हा दोन किंवा अधिक खेळाडू रचना करून खाली येत असतात, त्या वेळी बर्बलची व्याप्ती व क्षमताही वाढते. यामुळे नंतर नंतर उड्या मारणाऱ्यांना वाढत्या धोक्याला सामोरे जावे लागते. रचना झाल्यावर एकेकट्याने खाली येताना पॅराशूट कधी उघडायचे, त्या वेळेचा अंदाज चुकण्याची शक्यताही फार असते. बर्बलमधून दूर जाऊन मगच पॅराशूट उघडले, तर निर्धोकपणे खाली येता येते. अन्यथा पॅराशूट उघडतच नाही, कारण त्या ठिकाणी पोकळी झालेली असते. अशा वेळी कोणत्याही दिशेला शरीर साधारण ३० अंशांनी वळवल्यास तो खेळाडू बर्बलच्या बाहेर येऊ शकतो व नीट सुखरूपपणे खाली येऊ शकतो. पॅराशूट उघडले म्हणजे धोका संपूर्णत: टळला, असे नसते. पडता पडता रचना करताना अनेक जण मृत्यू पावले आहेत.

काळजी घेतली नाही, तर बर्बल घातकच असतात. पक्षी मात्र या बर्बलच्या

स्थितीचा फायदा करून घेतात. पक्षी उडताना त्यांचे दोन्ही पंख फडफडवत असतात. पंखांच्या वर-खाली हलण्याने दोन छोटे छोटे बर्बल्स तयार होतात. पुढील पक्ष्याच्या बरोबर मागे; पण तिरक्या रेषेत, त्या बर्बल्सच्या बाहेर दुसरा पक्षी उडत राहतो. पुढील पक्ष्यांच्या पंखांच्यामुळे तयार होणारे बर्बल व छोटीशी पोकळी यांमुळे मागील पक्षी काहीसा आजूबाजूच्या हवेबरोबर त्या दिशेने थोडासा ओढला जातो. पुढील म्होरक्या पक्ष्याच्या दोन्ही बाजूस तिरक्या रेषेत इतर पक्षी उडत राहतात. म्होरक्याला मात्र बर्बलचा फायदा मिळत नाही. त्यामुळे तो पक्षी दमतो. तो दमला की, त्याची जागा दुसरा पक्षी घेतो व त्याला बर्बलचा फायदा होऊन तो उडू लागतो. यामुळे इंग्रजी व्ही आकारात पक्ष्यांचा थवा उडतो. यामुळे स्थलांतर करणाऱ्या ज्या पक्ष्यांना दूरवर जायचे असते, त्यांना बर्बलचा फायदा करून घेत थोड्या कमी कष्टांत जाता येते.

वर्नलायझेशन

उन्हाळ्यात फुलणारी मोगऱ्याची एक जात आहे. त्या बाबतीत अनुभव असा, की उन्हाळ्याअगोदर साधारण मार्च महिन्यात मोगऱ्याच्या वेलाची सर्व पाने खुडून टाकली, तर उन्हाळ्यात त्याला येणारा बहर अगदी जोरदार येतो. फुलांची संख्या व त्यांचे टपोरेपण नजरेत भरणारे असते. पाने जरी खुडली नाहीत, तरी उन्हाळ्यात मोगरा फुलतोच; पण फुलांची संख्या कमी असते व त्यांचा आकारही लहान असतो. आंब्याच्या झाडाला वर्षआड कमी मोहोर येतो, फळही कमी धरते. काही झाडांना डिसेंबरात, तर काहींना फेब्रुवारीत मोहोर येतो. द्राक्षांची गोडी थंडी वाढली, तर नीट वाढत नाही. मणी वाढताना थोडी थंडी व नंतर उष्ण हवामान असा क्रम नीट पाळला गेला, तर द्राक्षांची गोडी छान वाढते. प्रत्येक फळाफुलांच्या झाडाचे असे काहीतरी समीकरण असतेच. प्रत्येक वर्षी वसंत ऋतूचे आगमन होण्याअगोदर थंडी येऊन गेलेली असते. बरीच फुलझाडे अशी असतात, की त्यांना विशिष्ट काळ थंड हवामान आवश्यक असते. तसे झाले, तरच त्यांना चांगला बहर येतो.

गेल्या दहा-पंधरा वर्षांपासून आपण ग्लोबल वॉर्मिंगमुळे वातावरण, हवामान, पाणी, पाऊस, वारे, वादळ यांच्याविषयी खूपच जागरूक झालेले आहोत. पृथ्वीवरच्या ८०% हिमनद्या आटल्या आहेत किंवा नष्ट झाल्या आहेत. ध्रुव प्रदेशातील बर्फाच्या पर्वतांना तडे जात आहेत. त्यामुळे मोठमोठ्या बर्फशिळा अटलांटिक वा पॅसिफिक सागरात कोसळत आहेत. त्यामुळे त्या प्रदेशातली पांढरी शुभ्र अस्वले व पेंग्विन पक्षी यांचे जीवनचक्र धोक्यात येत चालले आहे. वातावरण वा हवामान यांचा ज्या ज्या वेळी विषय येतो; तेव्हा आपण प्राण्यांचा जेवढा विचार करतो, तितका वनस्पतीवर्गाचा करत नाही. आपल्यापुरते पाहण्याची माणसाची सवय अगोदर अंगलट आलीच आहे. वनस्पतींना पुरेशी थंडी लाभली नाही, तर त्यांना फुले येत नाहीत. आज इतकी फुलझाडे लक्षात आली आहेत, की जी फुलणे जणू विसरून गेली आहेत. बऱ्याच झाडांना हवामानातील बदल घातक ठरू शकतो.

बरीच फुलझाडे, फळझाडे अशी आहेत की; वेळच्या वेळी फुलावर येण्यासाठी त्यांना पुरेसा गारवा मिळावा लागतो. त्या कमी तापमानामुळे त्यांनी बहरण्यासाठीचे वातावरण तयार होते. यालाच 'वर्नलायझेशन' (Vernalisation) म्हणतात. रशियात स्टॅलिनची राजवट होती, तेव्हा ट्रोफिम लायसेन्को याने 'वर्नलायझेशन' हा शब्द वापरला. आपल्याला वनस्पतींतली प्रक्रिया कळली आहे, अशी त्याने बढाई मारली. त्यासाठी वास्तवात त्याने कोणताही पुरावा दिला नव्हता. काही प्रयोग न करता वनस्पतीत विशिष्ट वातावरणामुळे बहर येण्याचा गुणधर्म निर्माण होतो व ही गोष्ट आनुवांशिक असते, असे ठामपणे असत्य सांगितले. पुढे शास्त्रीय कसावर त्याने केलेले हे विधान सपशेल खोटे, चुकीचे ठरले. अर्थात आनुवांशिकतेचा मुद्दा काहीसा बरोबर होता, हे आताच्या काळात सिद्ध झाले आहे. परंतु लायसेन्कोच्या आततायी विधानामुळे रशियात गुणसूत्रविज्ञान मूळ धरू शकले नाही. त्या विषयाकडे सतत संशयाने पाहिले गेले. त्यामुळे अलीकडच्या काळापर्यंत वर्नलायझेशन विस्मृतीत गेले होते.

हा शब्द आता पुन्हा लिखाणात, वाचनात येऊ लागला आहे. सन २००७ चा युरोपमधला थंडीचा ऋतू गेल्या पाचशे वर्षांतला सर्वाधिक तापमान असलेला होता. म्हणजे थंडी अशी पुरेशी पडलीच नाही. अशा स्थितीत बिचाऱ्या वनस्पतींनी पुनरुत्पादनाचे काय केले असेल? माणसाला लक्ष द्यावेच लागले, कारण त्या वनस्पतीत गहू व बीट यांचाही समावेश होतो. माणसाच्या अन्नाच्या गरजेत गहू व बीट यांना महत्त्वाचे स्थान आहे. जिवावर बेतल्यावर जगण्यासाठी आकाशपाताळ एक करणे हे नैसर्गिकच आहे. माणसाने एरवी गहू व बीट यांकडे लक्ष दिले असते की नाही, याविषयी शंकाच आहे. संशोधकांनी यासाठी FLC नावाच्या एका गुणसूत्राचा (Gene) सखोल अभ्यास केला आहे. थंडी सुरू असताना हे गुणसूत्र झाडाला मोहोर येऊ देत नाही. थोडक्यात, कमी तापमान त्या गुणसूत्राला निष्क्रीय करते आणि थंडीचा ऋतू असेतो निष्क्रीयच ठेवते. हे कसे घडते, याचे कोडे आजही सुटलेले नाही.

ॲराबिडॉप्सिस नावाच्या एका प्रजातीने स्थानिक हवामानाशी बरेच जुळवून घेतले आहे. स्कॉटलंडमधील एडिंबर्ग येथे व स्वीडनमध्ये येणारे हे झाड, तेथील थंड हवामानाशी सूर जुळवते आणि फुलते. उत्क्रांतीचक्र सतत क्रियाशील असतेच. या वनस्पतीलाही तेथील वातावरणाशी जुळवून घ्यायला बरीच वर्षे लागली असतील. त्याच्या नोंदी आपल्याकडे नाहीत. जोपर्यंत बदल धीम्या गतीने होतात, त्या वेळी कोणालाही जुळवून घेता येते. वेगाने बदलणाऱ्या हवामानाला अशी झाडे काय तोंड देणार? काहींच्या मते, ती झाडे नवीन बदलाशी सांधा जुळवतील; पण त्यासाठी किती काळ लागेल, ते नाही सांगता येणार. त्या काळाच्या आतच जर ती नष्ट

झाली, तर मात्र आपण त्यांना कायमचे हरवून बसू! काहींच्या मते, जुळवून घ्यायला हजारभर वर्षे तरी लागतील. फुलाचा बहर नियंत्रित करणारे Frigida नावाचे गुणसूत्र योग्य त्या रीतीने बदलायला ८०० वर्षे लागली. शंभर वर्षांपेक्षा अधिक कालावधी आपल्याला खूप मोठा वाटला, तरी उत्क्रांतीसंदर्भात खूपच नगण्य आहे. थोडक्यात, बदल वेगाने होतो आहे व तोच घातक ठरणार आहे. आज आपण गुणसूत्रांत आपल्या दृष्टीने योग्य ते बदल करून, बदलत्या वातावरणाशी जुळवून घेणारी फुलझाडे निर्माण केली आहेत. तो बदल त्या फुलझाडांवर अवलंबून असणाऱ्या प्राण्यांना योग्य की अयोग्य, हे आपल्याला आज माहीत नाही. त्यामुळे त्याचे काय परिणाम होतील, किती काळात दिसतील, हे आपल्याला आत्ता कळणार नाही. ते शेवटी काळच ठरवेल आणि सांगेल!

भूतप पोकळी

फार पूर्वी माणूस गुहेत राहायचा. दिवसभर शिकार शोधत हिंडणे; काटक्या, फांद्या, फळे, पाने गोळा करणे, अन्न मिळवणे या कामात व्यग्र राहून सायंकाळी दमूनभागून गुहेत येऊन विश्रांती घ्यायचा. स्त्रियांची-मुलांची चौकशी करायचा, जेवायचा. त्यानंतर गप्पा मारायचा. नंतर उत्साह असेल, तर गुहेच्या भिंतींवर चित्रे काढायचा; अन्यथा मग आभाळ न्याहाळायचा. हा छंदच त्याला लागला. पुढे त्यांचे वेड व्यसन झाले. ते वेड आज इतक्या सहस्रकानंतरही उतरलेले नाही. तेव्हा वाटलेले कुतूहल अद्याप संपलेले नाही, उलट दिवसेंदिवस ते वाढते आहे. प्रत्येक नव्या निरीक्षणातून जुन्या प्रश्नांना उत्तरे मिळतात; तरी नवी रहस्ये, नवी आश्चर्ये पुढे येत आहेत. सगळ्यांत आश्चर्य असे, की प्रत्येक वेळी माणूस तितक्याच उत्साहाने पुन्हा पुन्हा आश्चर्यचकित होतो आहे.

आकाश म्हणा की अवकाश, अंतरिक्ष म्हणा किंवा अंतराळ; एकदा त्याच्याकडे पाहिले, की आश्चर्य वाटण्याखेरीज तुम्ही काहीच करू शकत नाही. सूर्य, चंद्र, गुरू, शुक्र हे दिसतात. व्याधाचा ठळक तारा आपल्यापासून ८.६ प्रकाशवर्षे दूर आहे. चंद्र दोन प्रकाशमिनिटे, तर सूर्य आठ प्रकाशमिनिटे दूर आहे. उत्तरेला दिसेल न दिसेल असा चमकणारा सध्याचा ध्रुव तारा ४३१ प्रकाशवर्षे दूर आहे. आज जो ध्रुव दिसतो, तो सतराव्या शतकातला आहे. समजा आता तो चमकायचा थांबला, तर ते आपल्याला समजेल तेव्हा पंचविसावे शतक निम्म्यापर्यंत आले असेल. अंधूक दिसणारी अँड्रोमेडा– म्हणजे देवयानी आकाशगंगा तर आपल्यापासून २.६ दशलक्ष प्रकाशवर्षे दूर आहे. ही अंतरे खरे म्हणाल तर कळत नाहीत, समजत नाहीत. त्यातली वास्तवता जाणवतच नाही. एवढे म्हणून आपण फार दूरवरचा विचार करत नाही आहोत. आज पृथ्वीवरून दिसणारे दृश्य आपल्या विश्वात कोठूनही तसेच दिसेल असे मानणे, भाबडेपणाचे किंवा अज्ञानदर्शक ठरेल. उदाहरणार्थ, बूटस व्हॉईड (Bootes Void) किंवा ज्याला आपण भूतप पोकळी असे म्हणू शकू, ती

जागा. या पोकळीत जर आपण उभे राहिलो, तर आपल्याला सर्वत्र गडद अंधारच काय तो दिसेल. नुसतीच पोकळी. ना कोणी ग्रह, ना कोणता तारा ना कोणी चंद्र! काहीच नाही. कारण भूतप पोकळी ही आपल्याला कल्पनाही करता येणार नाही, इतकी एक प्रचंड विस्तीर्ण पोकळी आहे.

विश्वातली ही सर्वांत मोठी पोकळी, सर्वांत मोठे शून्य आहे, असे म्हणता येईल. तिचा व्यास ३५० दशलक्ष प्रकाशवर्षे इतका आहे. जेथे काहीच नाही, काहीच घडत नाही, अशी ही जागा आहे. ही पोकळी पृथ्वीपासून एक अब्ज प्रकाशवर्ष एवढ्या अंतरावर आहे. ही पोकळी भूतप (Bootes) या तारकापुंजाच्या दिशेला असल्याने ते नाव दिले आहे. स्वाती नक्षत्रातला सर्वांत तेजस्वी तारा स्वाती याच तारकापुंजात आहे. या पोकळीचा शोध सन १९८१ मध्ये मॅसेच्युसेट्स येथील रॉबर्ट क्रिशनर यांनी लावला. या शून्यवत पोकळीचे महत्त्व काय असा प्रश्न तुमच्या मनात साहजिकपणे येईल. या पोकळीचे अस्तित्व हेच एक रहस्य आहे. विश्वरचनेच्या प्रचलित समजुती व संकल्पनांना छेद देणारा हा शोध आहे. तारकापुंज काय किंवा अशा पोकळ्या काय, अवकाश-कालातील (Space-Time) सूक्ष्म बदलामुळे तयार होतात, अशी एक उपपत्ती मांडली गेली आहे. विस्तारत्या विश्वाबरोबर तारकापुंज व शून्यपोकळी याचे आकार अवाढव्य रीतीने वाढले आहेत. वस्तुमानाच्या घनतेतील फरकामुळे हे घडले आहे. यामुळे वस्तुमान गोळा होत होत तारकापुंज बनले, तशाच पोकळ्याही बनल्या. आज आपल्याला माहीत असलेले विश्वाचे वय व त्याचा आजचा विस्तारदर यांचा विचार करता, या पोकळ्यांचे आकार २०-३० दशलक्ष प्रकाशवर्षे असायला हवेत; मात्र ते १००-२०० दशलक्ष प्रकाशवर्षे आहेत. भूतप पोकळीचा आकार ३५० दशलक्ष प्रकाशवर्षे इतका आहे. हे कोडे कसे सुटेल व कधी, हा प्रश्न आज अवकाशतज्ज्ञांसमोर आहे.

दोन वा तीन छोट्या-मोठ्या पोकळ्या एकत्र येऊन अशा विस्तीर्ण पोकळ्या तयार होत असणार, असे काहींना वाटते. साबणाचे फुगे केल्यावर त्या भांड्यात दोन-तीन बुडबुड्यांच्या एकत्र येण्याने मोठा बुडबुडा तयार होतो, हे तुम्ही पाहिले असेल. ह्या पोकळ्यांसंदर्भात असेच काही तरी झाले असेल. ही पोकळी अर्थात खऱ्या अर्थाने 'शून्य' नाही. त्यातले तारकापुंज, ग्रह, तारे एका नळीच्या आकारात रचल्यासारखे दिसतात. पोकळीच्या अस्तित्वासंबंधात, त्याच्या स्पष्टीकरणार्थ आपल्याला कदाचित महाविस्फोटाची कल्पना बऱ्यापैकी बदलावी लागेल असे दिसते. पुंजयामिक (Quantum Mechanics) व गुरुत्व (Gravity) यांच्या परस्परप्रक्रियेतून या पोकळ्या तयार होतात व तशाच राहतात, असे काहींना वाटते. या दोन्ही संकल्पनांचा मेळ कसा घालायचा, ते मात्र अद्याप कळलेले नाही.